भारताच्या पराक्रमाची गाथा

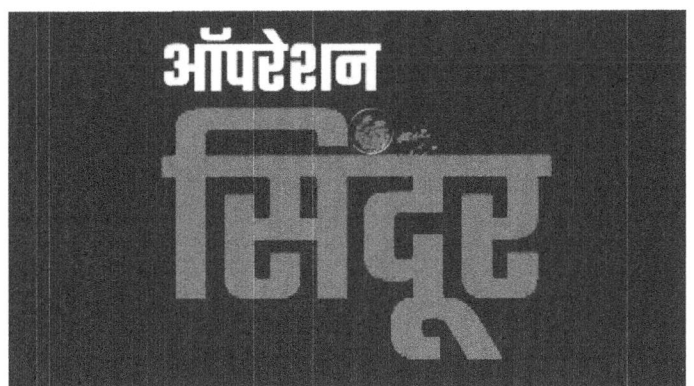

ऑपरेशन सिंदूर

परेश वासुदेव प्रभू

Operation Sindoor

Paresh Vasudev Prabhu
Email - goa.paresh@gmail.com

भारताच्या पराक्रमाची गाथा : ऑपरेशन सिंदूर
लेखक : परेश वासुदेव प्रभू

प्रकाशन : जुलै २०२५

मुखपृष्ठ : पुष्पराज पोपकर

बैसरानमधील दहशतवादी हल्ल्यात
हौतात्म्य पत्करावे लागलेल्या सर्वांस अर्पण

भारतावर वर्षानुवर्षे हल्ले चढवत आलेल्या जैश ए महंमद ह्या दहशतवादी संघटनेचे पाकिस्तानातील बहावलपूर येथील जामियाँ मस्जिद सुभानअल्ला हे मुख्यालय 'ऑपरेशन सिंदूर'मध्ये असे नेस्तनाबूत केले गेले.

जैश ए महंमदच्या बहावलपूरमधील मुख्यालयावरील घुमटांना आणि त्याखालील भक्कम बांधकामाला असे अचूक भेदत भारतीय वैमानिकांनी टाकलेल्या बॉम्बनी शेकडो दहशतवाद्यांचा क्षणार्धात खात्मा केला.

काश्मीरपासून मुंबईपर्यंत सतत रक्ताचे सडे पाडणाऱ्या लष्कर ए तय्यबाच्या मुरिदके येथील मुख्यालयाचे असे ढिगाऱ्यांत रूपांतर करताना शेकडो दहशतवाद्यांना ठार करून भारताने वर्षानुवर्षांच्या रक्तपाताचा सूड उगवला.

DATE: 07 MAY 25
TIME: 0105 HRS

'ऑपरेशन सिंदूर'
सुरू असताना
तिन्ही सैन्यदलांचे
प्रमुख जातीने
लक्ष ठेवून होते.

'ऑपरेशन
सिंदूर'ने
दहशतवाद्यांचे
तळ उडवून
दिल्यानंतर
उठलेले आगीचे
लोळ.

पहलगामजवळचे बैसरान येथील हिरवेगार कुरण. येथेच दहशतवाद्यांनी रक्ताचा सडा पाडताना २६ पर्यटकांना त्यांचा धर्म विचारून निर्दयपणे ठार मारले.

१. हिरव्या कुरणावर रक्ताचा सडा

काश्मीर सुंदर आहेच, पण त्यातही पहलगाम अतिशय सुंदर आहे. अनंतनागहून मट्टनमार्गे जाताना वाटेत डाव्या बाजूने खळाळत वाहत येणारी 'लीडर' नदी तुम्हाला पहलगामकडे घेऊन जाते. मनालीला जाताना जशी 'बियास' किंवा सिक्कीमला जाताना 'तिस्ता' तुमची सोबत करते, तशीच पहलगामला जाताना वरून वाहत येणारी 'लीडर' नदी रस्त्याच्या कडेकडेने तुम्हाला सोबत करते.

पहलगाम हा अमरनाथ यात्रेच्या मार्गावरचा महत्त्वाचा थांबा. लीडरचा खळाळता प्रवाह, भोवतालचे उंचच उंच, हिरवेगार परंतु हिमाच्छादित पर्वतप्राय डोंगर, त्यातून जागोजागी खाली झेपावणाऱ्या, लीडर नदीला जाऊन मिळणाऱ्या हिमनद्या, जवळची आरू व्हॅली, 'बेताब' चित्रपटाच्या चित्रीकरणामुळे प्रसिद्धीस पावलेली 'बेताब व्हॅली', अमरनाथ यात्रेसाठी जिथून यात्रेकरू रवाना होतात, ती बर्फाच्छादित चंदनवाडी. पहलगाम जवळचेच दबियान आणि केवळ तट्टूंवर बसून जाता येणारे स्वर्गवत हिरवेगार कुरण - बैसरान.

एका बाजूने खळाळत वाहणारा थंडगार झरा आणि बाजूने दूरदूरपर्यंत पसरलेले हिरवेगार मऊशार स्वर्गवत कुरण. त्याच्या चहूबाजूंनी देवदारांचे गच्च जंगल आणि त्याही पलीकडे उंचच उंच हिमाच्छादित पर्वतरांगा. बैसरानचे सौंदर्य वर्णन करायला शब्द थिटे

पडावेत असा तो सगळा अतिशय नितांतसुंदर, मनोरम परिसर आहे. म्हणूनच तर बैसरानला 'मिनी स्वित्झर्लंड' म्हटले जाते. ऐंशीच्या दशकात कुमार गौरव अभिनीत 'लव्ह स्टोरी' चित्रपटात 'देखो मैने देखा है ये एक सपना, फुलोंके शहर मे हो घर अपना' ह्या गाण्याचा काही भाग जिथे चित्रित केला होता, तेच हे बैसरान.

२२ एप्रिल २०२५ ची दुपार. ह्याच बैसरानमध्ये मृत्यूचे तांडव घातले गेले. शांतपणे निसर्गाचा आस्वाद घेण्यासाठी आपल्या कुटुंबीयांसमवेत आलेल्या पर्यटकांना बाजूच्या झाडीतून अचानक उगवलेल्या नराधमांनी गोळ्या घातल्या. त्याही अंदाधुंदपणे नव्हे. प्रत्येकाला वेचून वेचून, त्याला त्याचा धर्म विचारून अगदी जवळून कुटुंबासमक्ष गोळ्या घातल्या गेल्या. प्रत्येकाच्या धर्माची खात्री पटवण्यासाठी काहींना कुराणातील 'कलमा' म्हणायला लावले गेले. अजून खात्री करून घेण्यासाठी आणि अधिक अवमानित करण्यासाठी मुलाबाळांसमक्ष पँट उतरवायला लावली गेली. इस्लामी रीतीप्रमाणे 'खतना' झाला आहे का हे तपासले गेले आणि नसलेल्यांना पत्नी व मुलांसमक्ष मस्तकात गोळ्या घालून ठार मारले गेले.

माणुसकीला काळिमा फासणाऱ्या ह्या कृत्याने संपूर्ण देशामध्ये संतापाची प्रचंड लाट उसळली. काय चूक होती ह्या पर्यटकांची? कोणता अपराध होता? केवळ आपल्या कुटुंबीयांसमवेत छोटीशी सुट्टी आनंदात घालविण्यासाठी हे पर्यटक तेथे दूरदूरवरून जमले होते. स्थानिक काश्मिरींशी मिळून मिसळून वागत होते. त्यांच्या आतिथ्याला दाद देत होते. परंतु हे न पाहवलेले हे सैतान अचानक कुठून तरी उगवले आणि त्यांनी त्या हिरव्यागर्द कुरणावर लालभडक रक्ताचा सडा पाडला.

खरे तर वेळ दुपारी दोन - अडीचची होती. सकाळी पहलगामच्या परिसरातील पर्यटनस्थळांना भेट देऊन जेवून खाऊन पर्यटक कुटुंबे आपली संध्याकाळ मजेत घालवण्यासाठी तट्टूंवरून बैसरानमध्ये दाखल झाली होती.

तट्टू म्हणजे कमी उंचीचे घोडेच. येथील गुज्जर आणि बकरवाल हा परंपरागत व्यवसाय करतात. पर्यटन हंगामात पर्यटकांना फिरवायचे, अमरनाथ यात्रेच्या काळात यात्रेकरूंना आणि सामान वाहायचे आणि उरलेल्या काळात लष्करासाठी पोर्टर म्हणून काम करायचे यावर ह्यांची गुजराण चालते.

आम काश्मिरींची आतिथ्यशीलता अनुभवण्यासारखीच. मी दुसऱ्यांदा पहलगामला गेलेलो, तेव्हा तेथील पर्यटनक्षेत्रातील विविध संघटनांच्या प्रमुखांशी वार्तालापाची संधी मिळालेली. पहलगाम हॉटेल अँड गेस्टहाऊस ओनर्स असोसिएशन, पहलगाम पर्यटक टॅक्सी संघटना, पहलगाम ट्रॅव्हल्स अँड टूर असोसिएशन, पहलगाम पोनी ओनर्स असोसिएशन... प्रत्येकाचे म्हणणे एकच. 'पर्यटक हे आम्हाला देवासारखे!'

१९९६ साली 'लीडर' नदीला महापूर आला होता, तेव्हा तारांबळ उडालेल्या पर्यटकांना

आपण घरोघरी कसा आसरा दिला होता, अगदी आपल्या मशिदींतही कसे नेऊन ठेवले होते त्याच्या आठवणी त्यांच्या तोंडून ऐकलेल्या. अमरनाथ यात्रेकरूंची पिढ्यान्‌पिढ्या सेवा करीत असल्याबद्दलचा अभिमान त्यांच्या तोंडी ओसंडणारा. 'शिवजी भी हमारी इज्जत करते होगे।' असे तेव्हा अशाच एका स्थानिक संघटनेचा प्रमुख असलेला मुश्ताक पहलगामी सांगून गेलेला. आमच्याकडे जन्माला येणाऱ्या मुसलमान मुलांच्या हातालाही अमरनाथचा धागा बांधला जातो हे अभिमानाने सांगणारी ही साधी माणसे. परंतु बैसरानमध्ये जे घडले त्यातून पहलगामच्या ह्या आतिथ्यशीलतेला, सौहार्दाला कायमचा तडा गेला.

दहशतवाद्यांनी हल्ला केला तेव्हा बरेचसे स्थानिक भीतीने पळाले, पण ह्यात त्यांचा दोष म्हणता येणार नाही. शेवटी प्रत्येकाला जीव प्यारा असतोच. परंतु असेही लोक होते, जे स्वतःचा जीव धोक्यात घालून पर्यटकांच्या मदतीला धावले. त्यांना स्वतःच्या खांद्यांवर वाहून ते काही किलोमीटरचे अंतर धापा टाकत खाली घेऊन गेले. गोळीबार चालवलेल्या दहशतवाद्यांना 'हे आपले पाहुणे आहेत' असे समजवायला गेलेल्या सय्यद आदिल हुसेन शाह ह्या तीस वर्षीय तट्टूवाल्याला दहशतवाद्यांनी निर्दयपणे गोळ्या घातल्या. आदिल विवाहित होता. त्याला मुलेही आहेत. दोन बहिणी लग्नाच्या आहेत. दिवसाला तीनशे रुपये भाड्याने तो तट्टू चालवायचा, परंतु आपल्या अतिथीधर्माला जागला, त्याची जबरदस्त किंमत त्याला चुकवावी लागली.

दहशतवाद्यांनी पर्यटकांना वेचून वेचून लक्ष्य केले. एरव्ही दहशतवादी हल्ला म्हटल्यावर ते अचानक येऊन अंदाधुंद गोळीबार करून पळून जायचे. पण हा हल्ला वेगळा होता. बैसरानची दुर्गमता लक्षात घेऊन अत्यंत पूर्वनियोजितपणे हा हल्ला झाला. बैसरान हे पर्यटनस्थळ असले तरी दुर्गम असल्याने तेथे सहसा पोलीस किंवा सुरक्षादले नसतात, हे हेरून हे ठिकाण दहशतवाद्यांनी हल्ल्यासाठी काळजीपूर्वक निवडले होते.

पर्यटकांच्या ध्यानीमनी नसताना एकूण पाच दहशतवादी बैसरानच्या कुरणात वेगवेगळ्या बाजूंनी आत शिरले. त्यांनी पर्यटकांना घेरले आणि जमिनीवर पडायला भाग पाडले. प्रत्येकाला त्याचा धर्म विचारला गेला आणि त्यातील हिंदू पर्यटक वेचून वेचून बायकामुलांदेखत त्यांना अत्यंत निर्दयपणे गोळ्या घालण्यात आल्या.

महाराष्ट्रातील सहा पर्यटक ह्या हल्ल्यात मारले गेले. डोंबिवलीचे ४५ वर्षीय हेमंत सुहास जोशी आपल्या पत्नी व मुलासोबत होते. अतुल श्रीकांत मोने (४३) हे सेंट्रल रेल्वेचे अधिकारीही पत्नी व मुलीसोबत होते. डोंबिवलीचेच पन्नास वर्षीय संजय लक्ष्मण लेले कुटुंबासमवेत होते. ह्या सगळ्यांना त्यांचा धर्म विचारून बायका मुलांदेखत गोळ्या घातल्या गेल्या.

अतुल मोने यांची पत्नी अनुष्का यांनी नंतर पत्रकारांना सांगितले की, आधी गोळीबाराचे

आवाज ऐकून त्यांना तेथे सुरू असलेल्या साहसी खेळांचाच तो एक प्रकार वाटला. पण नंतर लक्षात आले की हा दहशतवादी हल्ला आहे. त्यांना बंदूकधारी दहशतवाद्याने तीन चार वेळा त्यांचा धर्म विचारला. तुम्ही गोळीबार का करताय हे विचारण्यासाठी अतुल पुढे झाले. त्यांच्यावरच गोळी झाडली गेली. सोबत असलेल्या त्यांच्या नातेवाईकासही ते हिंदू असल्याचे कळताच गोळी घातली गेली. संजय लेले यांचा मुलगा हर्षल याने आपल्या बाबांना दहशतवाद्यांनी त्यांच्या मस्तकात आपल्यासमक्ष कशी गोळी घातली हे नंतर पत्रकारांना सांगितले. कुटुंबापासून दूर जायला नकार देताच त्याच्या काकांनाही गोळ्या घातल्या गेल्या.

पुण्याचे संतोष एकनाथ जगदाळे, कौस्तुभ गणबोटे यांचीही तीच गत झाली. हे दोघेही शाळेपासूनचे मित्र. दोघांनाही दहशतवाद्यांनी सोबतच देवाघरी पाठवले. नव्या पनवेलचे दिलीप देसले ३७ पर्यटकांच्या गटातून गेलेले होते. तेही ह्या हल्ल्यात मारले गेले. संतोष यांची कन्या आसावरी हिने नंतर सांगितले की, आपल्या बाबांना कुराणमधील 'कलमा' म्हणायला सांगितले गेले. त्यांना तो येत नसल्याचे दिसताच त्यांच्यावर कुटुंबादेखत गोळ्यांचा वर्षाव करण्यात आला.

भावनगर गुजरातचे यतीशभाई परमार (४५) आपल्या स्मित ह्या सतरा वर्षांच्या मुलासमवेत होते. स्मित अकरावीत शिकणारा मुलगा. पुढचे वर्ष बारावीचे म्हणून आपल्या मुलाला घेऊन ते काश्मीरला आलेले. चारच दिवसांपूर्वी १८ एप्रिलला त्यांचा वाढदिवस साजरा झालेला. दोघांनाही दहशतवाद्यांनी निर्दयपणे ठार मारले.

सूरतचे शैलेशभाई हिंमतभाई कलथिया हे स्टेट बँकेचे अधिकारी. हल्ल्याच्या दुसऱ्याच दिवशी बुधवारी २३ एप्रिलला त्यांचा ४६ वा वाढदिवस होता. काश्मीरमध्ये त्यांना तो साजरा करायचा होता. पत्नी व दोन मुलांसमक्ष त्यांना गोळ्या घातल्या गेल्या.

शिवमोगा कर्नाटकचे मंजुनाथ राव आपल्या कुटुंबासमवेत काश्मीर फिरायला आलेले. त्यांच्या अठरा वर्षांच्या मुलाची अभिजेयची नुकतीच बारावीची परीक्षा झालेली. परीक्षेत त्याला ९८ टक्के गुण मिळाल्याने त्याला थोडी विश्रांती मिळावी म्हणून श्री. राव बँक व्यवस्थापक असलेल्या आपल्या पल्लवी ह्या पत्नीसमवेत काश्मीरला फिरायला आलेले. आधल्याच दिवशी दल सरोवरात त्यांनी आणि त्यांच्या पत्नीने काश्मिरी आतिथ्याविषयी, शिकाराचालकाविषयी कौतुकोद्गार काढलेले. बैसरानला आले तेव्हा सकाळपासून मुलाने काही खाल्ले नव्हते. देवदारच्या जंगलांनी वेढलेल्या बैसरानच्या कुरणावर केवळ काश्मिरी काहवा, चिप्स, बिस्किटे, मॅगी, शेवपुरी, भेळपुरी वगैरे विकणाऱ्या काही तात्पुरत्या टपऱ्या तेवढ्या होत्या. मुलाला तेथून काहीतरी खायला आणायला म्हणून ते चालले असता दहशतवाद्यांनी त्यांना गोळ्या घातल्या.

'कुत्ते, तूने पापा को मारा । अब हमें भी मार' म्हणून अभिजेयने निधडेपणाने त्या

दहशतवाद्याला आव्हान दिले. पण त्यांना सांगितले गेले, ''नही मारेंगे । मोदी को बोल दो!''

बेंगळुरूचे भारतभूषण आणि कर्नाटकचेच मधुसुदन सोमीसेट्टी यांनाही दहशतवाद्यांनी गोळ्या घातल्या. भारतभूषण यांच्यासमवेत त्यांची डॉक्टर पत्नी सुजाता (३७) आणि तीन वर्षांचा मुलगा होता. आपल्या वडिलांच्या डोक्यातून लागलेली रक्ताची धार पाहून त्या निष्पाप मुलाने आईला सांगितले, ''पापाच्या डोक्यातून लाल रंग येतोय...''

पश्चिम बंगालमधील काही कुटुंबेही बैसरानला आली होती. कोलकात्याच्या बैष्णव घाट, पाटुलीचे ४० वर्षीय बितन अधिकारी हे अमेरिकेत फ्लोरिडात तंत्रज्ञ होते. पत्नी सोहिनी आणि तीन वर्षांच्या मुलासोबत ते काश्मीर फिरायला आलेले. दहशतवाद्यांनी 'इनको छोडना नही है' म्हणत पत्नी आणि मुलाच्या देखत त्यांना ठार केले.

कोलकात्याचेच मीर गुहार हे केंद्र सरकारचे अधिकारी. पत्नी शबरी आणि बारावीतल्या मुलीसोबत ते बैसरानला आलेले. दहशतवाद्यांनी त्यांना गोळ्या घातल्या. झालदा पुरुलिया, पश्चिम बंगालचे मनीषरंजन मिश्रा (४१) हे खरे तर इंटेलिजन्स ब्यूरोचे अधिकारी. हैदराबादमध्ये ते सेवेत होते. पत्नी आणि दोन मुलांसह ते काश्मीर फिरायला आले होते. त्यांचे आईवडील त्यांच्या छोट्या भावासह त्यांना जम्मू रेल्वे स्थानकावर भेटणार होते. तेथून वैष्णोदेवीला सर्वांनी एकत्र जायचा बेत होता. दहशतवाद्यांच्या क्रौर्याचे मनीषरंजन हेही लक्ष्य ठरले.

अरुणाचल प्रदेशमधील लोअर सुबानसिरी जिल्ह्यातील तागे हैलयांग ह्यांचे आठपैकी दोन भाऊ सैन्यात. ते स्वतः तीस वर्षे भारतीय हवाई दलात कॉर्पोरल होते. सध्या काश्मीरमध्ये सेवेत होते. नुकतीच त्यांची दिब्रूगढला बदली झाली होती. स्थलांतर करण्यापूर्वी आपल्या पत्नीला काश्मीर दाखवावे म्हणून त्यांनी तिला खास काश्मीरला बोलवून घेतले होते. बैसरान हल्ल्यात त्यांना दहशतवाद्यांनी पत्नीसमक्ष ठार मारले.

उडिशातील बालासोरचे प्रशांतकुमार सत्पथी (४१) हे पत्नी प्रियदर्शिनी आणि नऊ वर्षांच्या मुलासह बैसरानला आलेले. त्यांचाही तो दिवस काळ ठरला. दहशतवाद्यांनी त्यांच्या डोक्यात गोळ्या घातल्या.

उत्तर प्रदेशमधील कानपूरचा शुभम द्विवेदी हा तरूण. त्याचे नुकतेच लग्न झालेले. तो पेशाने व्यावसायिक. पत्नीसमवेत मधुचंद्रासाठी काश्मीरला आलेला. त्याला पत्नीसमक्ष ठार मारले गेले. तिने नंतर पत्रकारांना सांगितले की दहशतवाद्यांनी त्यांना ते 'हिंदू की मुस्लीम' असा प्रश्न विचारला आणि 'हिंदू' असे उत्तर मिळताच पतीला गोळ्या घातल्या. नंतर त्याची पँट उतरवून तो मुस्लीम नसल्याची खात्री केली गेली.

मध्य प्रदेशमधील अलीराजपूर, इंदूरचे आयुर्विमा महामंडळाचे शाखा अधिकारी सुशील नाथानिएल (५८) हे तर धर्माने ख्रिस्ती. आधल्याच दिवशी आपली पत्नी जेनिफर (५४)

मुलगा ऑस्टीन व मुलगी आकांक्षा ह्यांच्यासह ते काश्मीर फिरायला आलेले. त्यांना पत्नी जेनिफरचा वाढदिवस काश्मीरमध्ये साजरा करायचा होता. ते ख्रिस्ती आहेत हे कळूनही दहशतवाद्यांनी त्यांना सोडले नाही. एक गोळी त्यांची मुलगी आकांक्षाच्या पायात घुसली. पण दहशतवाद्यांनी आपल्या वडिलांना ठार मारल्याचे कळताच तिने हट्ट धरला की आपल्यावर शस्त्रक्रिया नंतर करा, आधी आपल्याला वडिलांचे अंत्यदर्शन घ्यायचे आहे.

सुदीप नेऊपाने हा २७ वर्षांचा नेपाळी तरुण. सार्वजनिक आरोग्यातील शिक्षण पूर्ण करून तो सुटीवर काश्मीर फिरायला आलेला. नेपाळी असूनही हिंदू असल्याने त्यालाही दहशतवाद्यांनी ठार मारले.

केरळचे एन. रामचंद्र, चंडिगढचे दिनेश अगरवाल, आंध्र प्रदेशचे जे. एस. चंद्रमौळी... भारताच्या कानाकोपऱ्यातून आलेले हिंदू पर्यटक असे वेचून वेचून ठार मारले गेले.

राजस्थानमधील जयपूरचे ३३ वर्षीय नीरज उधवानी हे व्यवसायाने चार्टर्ड अकौन्टंट. ते दुबईत फायनान्शियल मॅनेजर म्हणून काम करीत. मित्राच्या लग्नाला म्हणून ते सिमल्याला आले असता आपल्या पत्नीसह आवर्जून काश्मीर पाहायला आले होते. दहशतवाद्यांची एक गोळी त्यांचा बळी घेऊन गेली.

कर्नाल, हरियाणाचा लेफ्टनंट विनय नरवाल हा अवघ्या २६ वर्षांचा तरुण. तो भारतीय नौदलाचा अधिकारी. कोचीच्या सदर्न नेव्हल कमांडमध्ये तो कामाला होता. गुरूग्रामच्या हिमांशीशी त्याचे लग्न ठरले. लग्नानिमित्त त्याने चाळीस दिवसांची रजा घेतली होती. चार एप्रिलला त्याचा साखरपुडा झाला आणि १६ एप्रिलला मसुरीमध्ये लग्न. १९ एप्रिलला त्यांनी कर्नालमध्ये जंगी स्वागत समारंभ ठेवला आणि हल्ल्याच्या आधल्याच दिवशी २१ तारखेला तो काश्मीरला पत्नीसमवेत मधुचंद्राला आलेला. त्यालाही दहशतवाद्यांनी सोडले नाही. खरे तर हे जोडपे मधुचंद्रासाठी स्वित्झर्लंडला जाणार होते, परंतु त्यांचा स्वीस व्हिसा वेळेत न आल्याने त्यांनी बेत बदलला आणि ते काश्मीरला आले. लग्नानंतर सहाव्या दिवशी त्याची पत्नीसमक्ष हत्या झाली. एक मे रोजी त्याचा सत्ताविसावा वाढदिवस होता.

एक सशस्त्र दहशतवादी अचानक आला आणि आपल्या पतीला उद्देशून तो मुस्लीम नसल्याचे म्हणत त्याने त्याच्यावर गोळ्या घातल्या असे विनयची पत्नी हिमांशीने नंतर पत्रकारांना सांगितले. बैसरानच्या विस्तीर्ण हिरव्या कुरणावर आपल्या पतीच्या निष्प्राण देहाशेजारी बसलेल्या हिमांशीचे छायाचित्र बैसरानच्या हृदय पिळवटून टाकणाऱ्या घटनेचे प्रतीक ठरले! देशविदेशातील प्रसारमाध्यमांतून बैसरानची कहाणी सांगू लागले!

दहशतवाद्यांचा हा गोळीबार तब्बल ४५ मिनिटे सुरू होता. प्रत्येकाला त्याचा धर्म विचारून, कोणी जिवाच्या भीतीने 'मुस्लीम' असे सांगितल्यास कुराणातील 'कलमा' म्हणायला लावून आणि तरीही खात्री पटवण्यासाठी पँट उतरवायला लावून 'खतना' झाला आहे का हे तपासून निर्दयपणे गोळ्या घातल्या गेल्या.

आसामच्या सिलचरमधील आसाम विद्यापीठातील बंगालीचे प्राध्यापक देबाशीश भट्टाचार्य यांनी मात्र चतुराई दाखवली. त्यांनी जीव वाचवण्यासाठी आपल्या पत्नीला कुंकू पुसायला लावले आणि स्वतः 'कलमा' म्हणून दाखवला. त्यामुळे मुस्लीम समजून त्यांना दहशतवाद्यांनी जाऊ दिले.

ह्या हल्ल्यात एकूण २६ जणांचे प्राण गेले. त्यापैकी २३ जण हिंदू पर्यटक होते. एक नेपाळी, तर एक ख्रिस्ती होते. एक स्थानिक तट्टूचालक होता. वीस पर्यटक जखमी झाले, पण सुदैवाने जखमांवर बचावले. ज्या २६ जणांना ठार मारले गेले, त्यापैकी वीसजणांच्या पँटी उतरवल्या गेल्या होत्या! दहशतवाद्यांनी निःशस्त्र, निरपराध पर्यटकांवर एकूण पन्नास राऊंड फायर केले.

प्रचंड दहशतीखाली असलेल्या पर्यटकांच्या कुटुंबीयांना बैसरानहून खाली पहलगामला येण्यास स्थानिकांनी मदत केली. त्यांना खाली येण्याचा मार्ग दाखवला. कोणी काहींना स्वतःच्या खांद्यावर वाहून आणले. तोवर भारतीय लष्कराचे जवानही मदतीला धावले, परंतु पर्यटक एवढे भेदरलेले होते की, एक महिला तर समोर बंदूकधारी सैनिक पाहून ते दहशतवादी असल्याचे समजून आपल्या मुलाला मारू नका म्हणून आक्रोश करू लागली. शेवटी आम्ही भारतीय सैनिक आहोत आणि तुमच्या मदतीला आलो आहोत हे त्यांनी सांगताच ह्या प्रचंड भेदरलेल्या पर्यटकांना थोडा धीर आला.

बैसरानमध्ये हल्ला झाला तेथून सर्वांत जवळची सैन्य छावणी किमान दहा कि. मी. अंतरावर आहे. राष्ट्रीय रायफल्सची तिसरी बटालियन आणि केंद्रीय राखीव पोलीस दलाची ११६ वी बटालियन ह्या दोन्हींपासून हल्ल्याचे ठिकाण दहा ते अकरा कि. मी. दूरवर होते. त्यामुळे हल्ला झाला तेव्हा तेथे सुरक्षा दले किंवा पोलीस कोणीच नव्हते. त्यामुळेच दहशतवाद्यांचे फावले.

ह्या हल्ल्यात केवळ पर्यटकांचे प्राण गेले नाहीत. पहलगामची रोजीरोटीही कायमची हिरावली गेली. पहलगामच कशाला, संपूर्ण काश्मीर ह्या हल्ल्याने व्यथित झाले. आम काश्मिरींना दहशतवाद्यांचे हे कृत्य आवडले नाही.

जम्मू काश्मीरचे मुख्यमंत्री उमर अब्दुल्ला यांनी 'ॲन ॲबोमिनेशन परपिट्रेटेड बाय ॲनिमल्स, इनह्यूमन अँड व्हर्दी ऑफ कंटेम्प्ट' अशा अत्यंत परखड, परंतु समर्पक शब्दांत ह्या हल्ल्याच्या रानटीपणाचे वर्णन केले.

हल्ला झाला तेव्हा पंतप्रधान नरेंद्र मोदी सौदी अरेबियाच्या दोन दिवसांच्या दौऱ्यावर होते. हल्ल्याचे वृत्त कळताच मोदींनी 'एक्स' वर ह्या हल्ल्याचा सूड उगविण्याचा आपला मनोदय लागलीच व्यक्त केला. मोदींनी लिहिले, ''या घृणास्पद कृत्यामागे असलेल्या लोकांना न्यायालयापुढे आणले जाईल. त्यांना माफ केले जाणार नाही. त्यांचा कुटील हेतू कधीही सफल होणार नाही. दहशतवादाविरुद्ध लढण्याचा आमचा निर्धार अढळ आहे आणि तो

अजून मजबूत होईल!'' (''दोज बिहाईंड धीस हीनस ॲक्ट विल बी ब्रॉट टू जस्टीस. दे विल नॉट बी स्पेअर्ड! देअर ईव्हिल अजेंडा विल नेव्हर सक्सीड. अवर रिसॉल्व्ह टू फाईट टेररिझम इज अनशेकेबल अँड विल गेट इव्हन स्ट्राँगर.'')

हल्ला झाला त्याच रात्री केंद्रीय गृहमंत्री अमित शहा तातडीने काश्मीरला रवाना झाले. श्रीनगरमध्ये उतरताच त्यांनी जम्मू काश्मीरचे पोलीस महासंचालक नलीन प्रभात यांच्याकडून परिस्थितीची माहिती घेतली. नंतर नायब राज्यपाल मनोज सिन्हा आणि मुख्यमंत्री उमर अब्दुल्ला यांच्या उपस्थितीत आढावा बैठक झाली. बुधवारी ते स्वतः हेलिकॉप्टरने बैसरानमध्ये दाखल झाले. पोलीस महासंचालक नलीन प्रभात, लष्कराच्या पंधराव्या कॉर्प्सचे जीओसी लेफ्टनंट जनरल प्रशांत श्रीवास्तव आदी पोलीस व सैन्य अधिकाऱ्यांकडून त्यांनी हा दहशतवादी हल्ला नेमका कसा झाला हे घटनास्थळीच समजून घेतले. पोलीस कंट्रोल रूममध्ये त्यांनी मृतांना श्रद्धांजली वाहिली. नंतर मृतांच्या नातलगांची भेट घेऊन त्यांचे सांत्वन केले आणि मुख्यमंत्री उमर अब्दुल्लांसह अनंतनागच्या सरकारी वैद्यकीय महाविद्यालय इस्पितळात जाऊन जखमींची विचारपूस करून त्यांना दिलासा दिला.

शहा यांनी 'एक्स'वर देशाला ग्वाही दिली. ''मै अपने इन सभी परिवारों और पूरे देश को विश्वास दिलाता हूँ कि बेगुनाह मासूम लोगों को मारने वाले इन आतंकियों को बिल्कुल बख्शा नहीं जाएगा ।''

१९९० च्या दशकात काश्मीर खोरे अशांत बनल्यापासून पर्यटकांवर झालेला हा सर्वांत भीषण दहशतवादी हल्ला होता. २००० साली पहलगामच्याच अमरनाथ यात्रेच्या बेस कॅम्पवर अंदाधुंद गोळीबार झाला होता, त्यात तीस यात्रेकरू मारले गेले होते, तर साठजण जखमी झाले होते. २००१ साली शेषनागमध्ये यात्रेकरूंवर हल्ला झाला, त्यात तेरा ठार, तर पंधरा जखमी झाले होते. २००२ साली पर्यटक परतीच्या वाटेवर असताना झालेल्या हल्ल्यात अकरा ठार, तर आठ जखमी झाले होते. मे २०२३ मध्ये राजस्थानच्या एका पर्यटक जोडप्यावर पहलगाममध्येच गोळ्या झाडल्या गेल्या होत्या, त्यात ते जखमी झाले होते. परंतु मोदी सरकारच्या कार्यकाळात लष्कराच्या धडक कारवाईमुळे आणि राष्ट्रीय तपास संस्थेने म्हणजेच एनआयएने दहशतवाद्यांना रसद पुरविणाऱ्यांच्या आर्थिक नाड्या आवळल्याने काश्मीर खोऱ्यातील दहशतवादात बरीच घट झाली होती. काश्मीर खोऱ्यात सर्वत्र लष्कराचे वर्चस्व प्रत्ययास येत होते. त्यामुळे अलीकडे सुरक्षा दले व दहशतवाद्यांदरम्यानच्या चकमकी काश्मीर खोऱ्यापेक्षा जम्मू विभागात राजौरी, पूंछ, कठुआ आदी अधिक दुर्गम, डोंगराळ भागांत होताना दिसू लागल्या होत्या. गेल्या वर्षी जूनमध्ये जम्मूत रियासीमध्ये वैष्णोदेवीला चाललेल्या पर्यटकांच्या बसवर अंदाधुंद गोळीबार झाला होता, त्यात दोन आणि चौदा वर्षांच्या दोघा मुलांसह नऊ भाविक ठार तर ४१ जखमी

झाले होते.

बरोबर पंचवीस वर्षांपूर्वी मार्च २००० मध्ये अमेरिकेचे राष्ट्राध्यक्ष बिल क्लिंटन भारतभेटीवर आलेले असताना अनंतनाग जिल्ह्यातील छत्तीसिंगपुरा ह्या शीख लोकवस्तीवर दहशतवाद्यांनी हल्ला करून ३६ शिखांची हत्या केली होती. त्या भीषण हल्ल्याच्या आठवणी बैसरानमधील हल्ल्याने ताज्या केल्या. योगायोग म्हणजे तेव्हा बिल क्लिंटन भारतभेटीवर होते, तर बैसरान हल्ला झाला तेव्हा अमेरिकेचे उपराष्ट्राध्यक्ष जे. डी. वान्स पत्नी उषा व मुलांसह खासगी भारतभेटीवर आलेले होते. ते परत निघाले तेव्हा पहलगाम हल्ल्याचे वर्णन त्यांनी 'भयावह' ('डिव्हास्टेटिंग') अशा शब्दात केले.

काश्मीर तर यावर्षी एप्रिलमध्येच पर्यटकांनी ओसंडून वाहत होते. मागील महिन्यात २८ मार्चला श्रीनगरचे प्रसिद्ध ट्युलिप गार्डन खुले झाले आणि काश्मीरच्या यंदाच्या पर्यटक मोसमाची सुरुवात झाली होती. बैसरान हल्ला झाला तोवरच्या सव्वीस दिवसांत काश्मीर खोऱ्यात आठ लाख दहा हजार पर्यटक दाखल झाले होते. सगळी हॉटेले पर्यटकांनी खचाखच भरली होती. श्रीनगरचे दल सरोवर शिकारे आणि हाऊसबोटींनी भरून गेले होते.

संविधानाच्या कलम ३७० खालील काश्मीरचे विशेषाधिकार काढून घेतल्यापासून 'नया कश्मीर' घडवण्याच्या प्रयत्नांचा भाग म्हणून काश्मीरमध्ये पर्यटनक्षेत्रात मोठी गुंतवणूक सुरू झालेली. घरांचे रूपांतर झपाट्याने गेस्ट हाऊसेसमध्ये होऊ लागले होते. पर्यटन व्यवसाय भरभराटीला येत होता. २०२४ साली खोऱ्यात तब्बल ३० लाख ५० हजार पर्यटक येऊन गेले होते. दहशतवाद्यांना बहुधा हेच सोसले नाही. कुटुंबासमवेत काश्मीरच्या सौंदर्याचा आनंद घेणाऱ्या, कुटुंबासमवेत भेळपुरी, शेवपुरी खाण्यात दंग झालेल्या पर्यटकांवर निर्दयपणे अगदी जवळून गोळ्या घातल्या गेल्या. परिणामी हल्ल्याच्या दुसऱ्या दिवशी बुधवारी २३ एप्रिलला अकरा हजार पर्यटकांनी काश्मीर सोडले.

बैसरानमधील रानटी हल्ल्याच्या निषेधार्थ काश्मीरच्या स्थानिक राजकीय पक्षांनी आणि मिरवाईज उमर फारूखच्या हुर्रियत कॉन्फरन्सने काश्मीर बंदची हाक दिली. एखाद्या दहशतवादी हल्ल्यानंतर त्याच्या निषेधार्थ 'काश्मीर बंद'ची हाक दिली जाण्याची ही खोऱ्यातील पहिलीच वेळ! दुसऱ्या दिवशी उत्स्फूर्त बंद पाळला गेला. पर्यटनावर रोजीरोटी असणाऱ्यांनी दहशतवाद्यांची तमा न बाळगता आपले व्यवसाय स्वतःहून बंद ठेवले. निषेध मोर्चे काढले, संध्याकाळी पहलगाममध्ये हल्ल्याच्या निषेधार्थ मोठा मेणबत्ती मोर्चा निघाला. स्थानिक व्यावसायिक, घोडेवाले व इतर नागरिकांनी नंतर तिरंगायात्रा काढून दहशतवादी हल्ल्याचा निषेध केला. दहशतवाद्यांविरुद्ध, पाकिस्तानविरुद्ध श्रीनगरच्या लाल चौकात देखील घोषणा निनादल्या. हे अभूतपूर्व होते. दहशतवाद्यांच्या धमक्यांच्या भीतीने निमूट मान तुकवणारी काश्मिरी जनता आता हळूहळू का होईना निर्भय होऊ लागल्याचे हे निदर्शक होते.

हल्ल्याच्या दुसऱ्या दिवशी काश्मीरमधील प्रत्येक इंग्रजी व उर्दू वर्तमानपत्राचे पहिले पान संपूर्ण काळ्या रंगात होते. 'ग्रेटर कश्मीर', 'रायझिंग कश्मीर', 'मीर उझ्मा', 'आफताब', 'तैमील ईर्शाद' ह्या सर्व वर्तमानपत्रांनी संपूर्ण काळ्या रंगाच्या पार्श्वभूमीवर हल्ल्याची बातमी छापून संपादकीयातून तीव्र निषेध नोंदवला.

बैसरान हल्ल्याच्या संपूर्ण देशभरात तीव्र प्रतिक्रिया उमटल्या. हल्ल्यात मरण पावलेले पर्यटक राज्याराज्यांतून आलेले होते. महाराष्ट्र, गुजरात, उत्तर प्रदेश, मध्य प्रदेश, आंध्र प्रदेश, कर्नाटक, उडिसा, पश्चिम बंगाल... जणू संपूर्ण भारताला दहशतवाद्यांनी ह्या हल्ल्यातून ललकारले. भारतीयांना त्यांच्याच देशात त्यांचा धर्म विचारून कुटुंबासमक्ष अवमानित करून ठार मारले गेले होते. परिणामी संपूर्ण देशात संतापाचा प्रचंड वणवा भडकला. देशात हिंदू – मुसलमानांत धार्मिक दंगे उसळावेत हा हल्ल्यामागील पाकिस्तानचा हेतू प्रत्येकाचा धर्म विचारून हत्या झाल्या त्यातून स्पष्ट झाला.

हल्लेखोर कोण होते? पाकिस्तानचे संरक्षणमंत्री ख्वाजा आसीफ यांनी पाकिस्तानचा ह्या हल्ल्याशी काहीही संबंध नाही असे सांगत लागलीच हात वर केले. भारतात नागालँड, मणिपूर आणि काश्मीरमध्ये फुटीरतावाद असल्याचा युक्तिवाद त्यांनी केला. बैसरानमधील दहशतवादी हल्ल्याच्या प्रत्यक्षदर्शींनी दिलेल्या माहितीनुसार एकूण पाच दहशतवादी होते. ते येताना एके – ४७ आणि एम – ४ कार्बाईन्स घेऊन आले होते. त्यांच्या डोक्याला कॅमेरे लावलेले होते. चौकशीत अंगुलिनिर्देश झाला 'द रेसिस्टन्स फ्रंट' कडे. 'द रेसिस्टन्स फ्रंट' म्हणजे पाकिस्तानस्थित लष्कर ए तय्यबाचेच स्थानिक रूप. काश्मीरचे विशेषाधिकार २०१९ साली पाच ऑगस्टला केंद्र सरकारने काढून घेतल्यानंतर, हा स्थानिकांचाच संघर्ष आहे हे भासवण्यासाठी पाकिस्तानने खेळलेली नवी चाल म्हणजे टीआरएफ. टीआरएफने आधी ह्या हल्ल्याची जबाबदारी स्वीकारली, पण नंतर भारत सरकारचा कडक पवित्रा पाहून नाकारली देखील. पण तोवर ह्या हल्ल्याचे कर्तेकरविते कोण हे सर्वांना कळून चुकले होते.

बैसरान हल्ल्यानंतर २५ एप्रिलला संयुक्त राष्ट्र सुरक्षा परिषदेच्या निषेधाच्या ठरावातून 'द रेसिस्टन्स फ्रंट'चे नाव वगळावे असा पाकिस्तानचाच आग्रह होता. 'द रेसिस्टन्स फ्रंट'चे नाव ह्या हल्ल्यानंतर पुढे येताच सरकारने ह्या हल्ल्याचा बदला घ्यायलाच हवा आणि ह्या हल्ल्याचा कर्ता करविता असलेल्या पाकिस्तानला धडा शिकवायलाच हवा हा सूर देशाच्या कानाकोपऱ्यातून निनादू लागला.

जम्मू काश्मीरचे राज्यपाल म्हणाले, ''ब्लड ऑफ अवर फोर्सेस इज बॉयलिंग!'' – ''आमच्या सैन्यदलांचे रक्त उकळू लागले आहे!'' खरोखरच देशभरामध्ये पाकिस्तानविरुद्ध संतापाचा लाव्हा खदखदत होता. बैसरान हल्ला झाला तेव्हा पंतप्रधान नरेंद्र मोदी सौदी अरेबियाच्या दौऱ्यावर होते. ते बुधवारी रात्री परतणार होते. पण आपला दौरा स्थगित करून ते तात्काळ परत निघाले...

दहशतवादी हल्ल्यानंतर केंद्रीय गृहमंत्री अमित शहा तातडीने बैसरानमध्ये दाखल झाले व त्यांनी वरिष्ठ अधिकाऱ्यांकडून दहशतवादी हल्ल्याची माहिती घेतली.

बैसरान हल्ल्यात मृत्युमुखी पडलेल्या पर्यटकांच्या कुटुंबीयांचे सांत्वन करताना केंद्रीय गृहमंत्री अमित शहा.

२. संपूर्ण देशाला प्रत्युत्तराची प्रतीक्षा

सौदी अरेबियाच्या दोन दिवसांच्या दौऱ्यावर गेलेले पंतप्रधान नरेंद्र मोदी दौरा अर्ध्यावर टाकून बैसरान हल्ल्याच्या दुसऱ्या दिवशी बुधवारी २३ एप्रिलला पहाटेच भारतात परतले. नवी दिल्लीच्या विमानतळावर उतरताक्षणी त्यांनी विमानतळावरच तातडीची उच्चस्तरीय बैठक घेतली. विदेश व्यवहार मंत्री एस. जयशंकर, राष्ट्रीय सुरक्षा सल्लागार अजित डोवाल आणि विदेश सचिव विक्रम मिस्री यावेळी उपस्थित होते. बैसरान हल्ल्यानंतर पाकिस्तानला धडा शिकवायचा झाल्यास जागतिक प्रतिसाद कसा असेल ह्याचा कानोसा पंतप्रधानांनी ह्या बैठकीत घेतला.

बैसरान हल्ल्यानंतर अमेरिकेपासून रशियापर्यंत सर्वांनीच हल्ल्याचा निषेध केला होता. रशियाचे राष्ट्राध्यक्ष व्लादिमिर पुतीन यांनी 'फायटिंग टेररिझम इन ऑल इटस् फॉर्म अँड मॅनिफेस्टेशन'साठी भारताला पाठिंबा व्यक्त केला. अमेरिकेचे राष्ट्राध्यक्ष डोनाल्ड ट्रम्प यांनी दहशतवादाविरुद्धच्या लढ्यात अमेरिका भारतासोबत ठामपणे उभी राहील अशी ग्वाही दिली. सौदी अरेबियाचे प्रिन्स महंमद बिन सलमान यांच्या प्रत्यक्ष भेटीत मोदींनी बैसरान हल्ल्याची माहिती त्यांना दिली, तेव्हा सौदी अरेबियाचा पाठिंबा

सलमान यांनी व्यक्त केला. पाकिस्तानलाही बैसरान हल्ल्याचा तोंडदेखला का होईना निषेध करण्यावाचून पर्याय उरला नाही. जगभरातून बैसरान हल्ल्याच्या निषेधाचे सूर उमटले.

पंतप्रधान परतल्यानंतर नवी दिल्लीत दिवसभर महत्त्वपूर्ण उच्चस्तरीय बैठकांचे सत्र सुरू राहिले. ७, लोककल्याण मार्ग ह्या पंतप्रधानांच्या निवासस्थानी संरक्षणमंत्री राजनाथसिंह, गृहमंत्री अमित शहा, परराष्ट्रमंत्री एस. जयशंकर, पंतप्रधानांचे प्रधान सचिव पी. के. मिश्रा व राष्ट्रीय सुरक्षा सल्लागार अजित डोवाल यांच्या उपस्थितीत महत्त्वपूर्ण बैठक झाली.

त्यानंतर संरक्षणमंत्री राजनाथसिंह यांनी संरक्षणदल प्रमुखांची अडीच तास बैठक घेतली. चीफ ऑफ डिफेन्स स्टाफ जनरल अनिल चौहान, लष्करप्रमुख जनरल उपेंद्र द्विवेदी, नौदलप्रमुख ॲडमिरल दिनेश त्रिपाठी, हवाई दल प्रमुख एअर मार्शल ए. के. सिंग या सर्वांच्या उपस्थितीत बैसरान हल्ल्याचा सूड कसा उगवता येईल ह्यासंबंधी खल सुरू झाला.

त्याच दिवशी भारतीय हवाई दलाचे मार्शल अर्जनसिंग यांच्यावरील स्मृती व्याख्यानात संरक्षणमंत्र्यांनी घोषणा केली, ‘‘पहलगाममधील भ्याड दहशतवादी हल्ल्यास जबाबदार असलेल्यांना भारतीय भूमीवरील त्यांच्या दुष्कृत्यांचे चोख प्रत्युत्तर लवकरच मिळेल!’’ दहशतवादाविरुद्धच्या भारत सरकारच्या शून्य सहनशीलतेच्या धोरणाचा त्यांनी तेथे पुनरुच्चार केला. पंतप्रधान नरेंद्र मोदींच्या नेतृत्वाखालील सरकार योग्य आणि आवश्यक असलेली सर्व पावले उचलील अशी ग्वाहीही त्यांनी दिली. ‘‘ज्यांनी हल्ला केला त्यांनाच नव्हे, तर ज्यांनी पडद्यामागे राहून भारतीय भूमीवर हल्ल्याची अशी कुटील कारस्थाने रचली त्यांनाही लवकरच चोख उत्तर मिळेल,’’ असेही राजनाथसिंह म्हणाले.

प्रमुख विरोधी पक्ष असलेल्या काँग्रेसचे राष्ट्रीय अध्यक्ष मल्लिकार्जुन खर्गे यांच्या नेतृत्वाखाली खासदार राहुल गांधी व इतर नेत्यांनी केंद्रीय गृहमंत्री अमित शहांची भेट घेऊन ‘ह्या क्षणी देशात ऐक्याची गरज’ असल्याचे सांगत, सरकार जे काही पाऊल उचलेल त्याला आपल्या पक्षाचा पाठिंबा व्यक्त केला, पण पुढे पाळला मात्र नाही.

राष्ट्रीय तपास संस्थेचे पथक बैसरान हल्ल्याच्या तपासासाठी तात्काळ काश्मीरला रवाना झाले. एनआयएचे महानिरीक्षक स्वतः पहलगामात दाखल झाले. तपासाने वेग घेतला. बैसरानमध्ये मृत्यूचे तांडव करून दहशतवादी राजरोस पळून गेले होते. बैसरानचे ते कुरण देवदारच्या घनदाट जंगलांनी वेढलेले आहे. एका बाजूने ते कोकरनाग, किश्तवाडहून थेट जम्मूच्या दोडा, कठुआपर्यंत पसरले आहे, तर दुसऱ्या बाजूने बालटाल, सोनमर्ग आणि झोजिला खिंडीच्या पायथ्यापर्यंत गेले आहे. त्यामुळे दहशतवादी पसार झाले ते नेमके कोणत्या दिशेने गेले हे त्या गोंधळात कोणालाच समजू शकले नव्हते. मात्र, हल्ला करणारे दोन स्थानिक आणि तीन पाकिस्तानी दहशतवादी असावेत असा कयास एनआयएने बांधला. विशेष म्हणजे तीन संशयित दहशतवाद्यांची रेखाचित्रे लागलीच जारी करण्यात

आली.

त्यातील दोन पाकिस्तानी होते – १. हाशीम मुसा आणि २. अलीभाई. तिसरा आदिल हुसेन ठोकर हा काश्मिरी दहशतवादी असल्याचे स्पष्ट झाले. ऑक्टोबर २०२४ मध्ये काश्मीरमध्ये दोन दहशतवादी हल्ले झाले होते. त्यात गंदेरबालमधील गगनगीर येथे एका डॉक्टरची व सहा मजुरांची हत्या झाली होती, तर बारामुल्लातील बुटापाथरी येथे दोन जवान आणि लष्कराचा एक पोर्टर यांची हत्या झाली होती. ह्या दोन्ही हल्ल्यांचा सूत्रधार हाशीम मुसा हा होता.

बैसरानमध्ये हल्ला करण्याआधी दहशतवाद्यांनी पहलगाममधील इतर ठिकाणांची आधी चाचपणी केली होती असेही एनआयएच्या तपासात दिसून आले. २२ एप्रिलला हा हल्ला होण्याच्या चार दिवस आधी १९ एप्रिलला पंतप्रधान नरेंद्र मोदी यांच्या हस्ते उधमपूर – श्रीनगर – बारामुल्ला रेल्वेच्या कटरा ते संगलदन ह्या टप्प्याचे उद्घाटन होणार होते. तेव्हाच हा दहशतवादी हल्ला चढविण्याचा दहशतवाद्यांचा प्रयत्न असावा, परंतु खराब हवामानामुळे मोदींचा तो कार्यक्रम पुढे ढकलला गेला. वास्तविक मोदींच्या कार्यक्रमापूर्वी, श्रीनगर व दाचिगाममधील हॉटेलांवर हल्ल्याची शक्यता गुप्तचर यंत्रणांनी वर्तवलेली होती. सुदैवाने पंतप्रधानांचा तो कार्यक्रमच पुढे ढकलला गेला होता.

बैसरान हल्ल्यानंतर दहशतवाद्यांच्या ठावठिकाण्याबाबतच्या तर्कवितर्कांना आणि अफवांना ऊत आला. दहशतवादी कोलंबोच्या विमानात असल्याची खोटी मेल देखील सुरक्षादलांना आली. हल्ल्यासंदर्भात चौकशी सुरू असताना एका संशयिताने तर नदीत उडी घेऊन पळून जाण्याचा प्रयत्न केला.

एनआयएने तपासात कोणतीही कसर ठेवली नाही. दीड हजार लोकांची चौकशी केली गेली. दीडशे संशयितांना पोलिसांनी ताब्यात घेतले आणि कसून चौकशी केली. तपासाअंती बैसरान हल्ल्यामध्ये तीन पाकिस्तानी आणि दोन स्थानिक दहशतवादी सामील असल्याच्या कयासास पुष्टी मिळाली. पाकिस्तानी दहशतवादी १. असीम फौजी ऊर्फ मुसा, २. सुलेमान शाह (ऊर्फ हाशीम मुसा ऊर्फ युनूस) आणि ३. अबू तल्हा ऊर्फ असीफ अशी त्यांची नावे राष्ट्रीय तपाससंस्थेने नव्याने जाहीर केली आणि त्यांची माहिती देणाऱ्यांस वीस लाख रुपयांचे बक्षीस घोषित केले. स्थानिक दहशतवाद्यांची नावे १. आदिल गुरी (बीजबिहारा, अनंतनाग) आणि २. अहसान (पुलवामा) अशी असून २०१८ मध्ये त्यांनी पाकिस्तानात जाऊन लष्करी प्रशिक्षण घेतले होते अशी माहितीही एनआयएने दिली.

दहशतवाद्यांना मदत केल्याच्या आरोपाखाली एनआयएने परवेझ अहमद जोठर व बशीर अहमद जोठर यांना पुढे २२ जून रोजी अटक केली. परवेझ हा बाटकोट, पहलगामचा रहिवासी असून बशीर हा हिलपार्क, पहलगाम येथील होता. ह्या दोघांनी हिलपार्क येथील एका 'ढोक' मध्ये म्हणजे झोपडीमध्ये ह्या पाकिस्तानी दहशतवाद्यांची हल्ल्यापूर्वी

राहण्याखाण्याची व्यवस्था केली होती, असे एनआयएला तपासात आढळले. त्यामुळे एनआयएने त्यांना यूएपीए कायद्याच्या कलम ६७ खाली अटक केली.

चार डिसेंबर २०२४ रोजी जुनैद रमझान भट हा दहशतवादी मारला गेला होता. त्याच्याजवळील मोबाईल फोनमध्ये चार दहशतवाद्यांचे एक छायाचित्र आढळले होते. ह्याच छायाचित्रातील सुलेमान शाह व इतर दोघे जोठर यांच्या घरी गेले होते. जोठर यांनी त्यांना २० व २१ एप्रिलला आपल्या ढोकमध्ये आश्रय दिला होता.

राष्ट्रीय तपास संस्थेने काश्मीरमध्ये सक्रिय असलेल्या चौदा दहशतवाद्यांची एक यादीही जाहीर केली. त्यामध्ये –

१. लष्कर ए तय्यबाचा सोपोरचा कमांडर आदिल रहमान डेंटू (२१)

२. जैश ए महंमदचा अवंतीपुराचा कमांडर आसिफ महंमद शेख (२८)

३. लष्कर ए तय्यबाचा पुलवामाचा कमांडर अहसान अहमद शेख (२३)

४. लष्कर ए तय्यबाचा पुलवामाचा कमांडर हरीस नाझीर (२०)

५. जैश ए महंमदचा पुलवामाचा कमांडर आमीर नाझीर वानी

६. जैश ए महंमदचा पुलवामाचा कमांडर यावर अहमद भट

७. हिज्बुल मुजाहिद्दीनचा शोपियाँचा कमांडर असीफ अहमद खांडे (२४)

८. लष्कर ए तय्यबाचा शोपियाँचा कमांडर नासीर अहमद वानी (२१)

९. द रेसिस्टन्स फ्रंटचा शोपियाँचा कमांडर शाहीद अहमद कुत्ते (२७)

१०. लष्कर ए तय्यबाचा शोपियाँचा कमांडर आमीर अहमद दार

११. द रेसिस्टन्स फ्रंटचा शोपियाँचा कमांडर अदनान साफी दार

१२. हिज्बुल मुजाहिद्दीनचा अनंतनागचा कमांडर झुबीर अहमद वानी ऊर्फ अबू उबैद ऊर्फ उस्मान (३९)

१३. हिज्बुल मुजाहिद्दीनचा अनंतनागचा कमांडर हरून राशीद गनाई (३२)

१४. लष्कर ए तय्यबाचा कुलगामचा कमांडर झाकीर अहमद गनी

अशी ही नावे आहेत. विशेष म्हणजे ह्या सगळ्या दहशतवाद्यांचे वय पाहिले तर बव्हंशी विशी – तिशीतली ती कोवळी मुले आहेत. केवळ सामाजिक प्रतिष्ठेसाठी काश्मिरी मुले दहशतवादाकडे वळतात, असे मला जम्मू काश्मीर दौऱ्यात कुलगाम ह्या दहशतवादग्रस्त जिल्ह्याचे मराठमोळे पोलीस अधीक्षक श्रीधर पाटील यांनी सांगितले होते, त्याची येथे आठवण झाली.

श्रीधर पाटील हा शाहूवाडी कोल्हापूरचा मर्द गडी. २०१० च्या बॅचचे पाटील काश्मीर केडरमधून आयपीएस झाले. २०११ मध्ये त्यांनी काश्मीरमध्ये पदभार स्वीकारला. काश्मीरला तेव्हा राज्याचा दर्जा होता. त्याच्या दहा जिल्ह्यांतील दहशतवादग्रस्त जिल्हे होते तीन – अनंतनाग, पुलवामा आणि शोपियाँ. तेथेच दहशतवाद का रुजतो ह्यावर बोलताना

त्यांनी सांगितले होते, ''हे तीनही जिल्हे जम्मू-श्रीनगर महामार्गापासून दूर आहेत. दुर्गम आहेत. या लोकांचा बाहेरच्या जगाशी फारसा संवाद नाही. मागासलेले ग्रामीण जीवन ते जगताहेत. या भागात सफरचंदाच्या मोठमोठ्या बागा आहेत. एकेक बाग पंधरा-वीस किलोमीटर पसरलेली असते. सफरचंदाची ही झुडुपे घनदाट असतात. खाली तीन फूट मोकळी जागा असते, पण वरून काहीही दिसत नाही. अशा बागांमध्येच हे स्थानिक दहशतवादी आश्रय घेतात. या जिल्ह्यात सफरचंदापासून वर्षाला एक कोटींपर्यंत एकेकाची मिळकत असते. त्यामुळे जवळ पैसा भरपूर, पण शिक्षणाला, शहरीकरणाला हे लोक वंचित आहेत. अनंतनागमध्ये एक विद्यापीठ आहे. अवंतीपुऱ्यात इस्लामी विद्यापीठ आहे, पण कुलगाम, पुलवामा, शोपियाँमध्ये विद्यापीठ सोडाच, जिल्ह्यात एकच महाविद्यालय आहे. त्यामुळे या शैक्षणिक मागासलेपणाचा फायदा उठवीत कट्टरतावाद्यांनी या भागात जम बसवला. विद्यार्थ्यांनाही त्यात ओढले गेले. विकासाचा अभाव आणि हा कट्टरतावाद यातून दहशतवाद रुजला आहे.'' असे श्रीधर पाटील यांनी तेव्हा सांगितले होते.

या दहशतवाद्यांना स्थानिक जनतेचे समर्थन का मिळतेय या माझ्या प्रश्नावर 'भीतीपोटी वा सहानुभूतीपोटी' असे श्रीधर पाटील उत्तरले होते. स्थानिक तरुणांना असे शस्त्रे हाती घेऊन दहशतवादी बनणे हे प्रतिष्ठेचे वाटते, हे श्रीधर पाटील यांचे निरीक्षण होते. 'हिरोगिरी' पोटी स्थानिक तरुण दहशतवाद्यांना सामील होत आहेत. दगडफेक करण्याने सुद्धा ही मागास मुले त्यांच्या समाजात 'हिरो' ठरतात. त्यांची टोपणनावे देखील मग समीर 'टायगर' वगैरे असतात, असे पाटील म्हणाले होते, त्याची एनआयएने जारी केलेली ही विशी - तिशीतील दहशतवाद्यांची नावे वाचून प्रकर्षाने आठवण झाली.

पाटील यांनी तेव्हा मला सांगितले होते, ''ह्या युवकांपुढे आपली युवा ऊर्जा दाखवण्यासाठी समोर साधनेच नाहीत, आदर्शही नाहीत, त्यामुळे बुरहान वानीच त्यांचा आदर्श बनतो.'' काश्मीरमध्ये गुन्हेगारी आणि दहशतवाद हातात हात घालून राहिले आहेत असा त्यांचा स्वतःचा अनुभव होता. आपण विविध गुन्ह्यांसाठी पकडलेले तरुणच दहशतवादाच्या मार्गाने चालल्याचे त्यांना तेथे अनुभवायला आले होते. पुढे काश्मीरचा राज्य दर्जा गेला. आता तो संघप्रदेश आहे. परिस्थिती बदलेल अशी आशा संविधानाचे ३७० वे कलम हटवले गेल्याने जागली आहे.

बैसरान हल्ल्याच्या अगदी काही दिवस आधी १५ आणि १६ एप्रिलला पाकिस्तानची राजधानी इस्लामाबादेत 'ओव्हरसीज पाकिस्तानीज कन्व्हेंशन' ही परदेशस्थ पाकिस्तान्यांची परिषद झाली होती. तेथे पाकिस्तानचे लष्करप्रमुख जनरल सईद असीम मुनीर यांनी काश्मीरचा उल्लेख करीत आणि 'काश्मीर ही दुखरी नस' असल्याचे सांगत अत्यंत चिथावणीखोर भाषण केले होते. त्यात ते हिंदू आणि मुसलमानांविषयी म्हणाले होते, ''आमचे धर्म वेगळे आहेत, आमच्या प्रथा वेगळ्या आहेत, आमच्या परंपरा वेगळ्या

आहेत, आमची विचारसरणी वेगळी आहे, आमच्या आकांक्षा वेगळ्या आहेत. मांडल्या गेलेल्या द्विराष्ट्र सिद्धान्ताचा तोच पाया होता. भारत आणि पाकिस्तान ही आम्ही दोन वेगळी राष्ट्रे आहोत. आपण कधी एक राष्ट्र नव्हतोच!''

''काश्मीर ही आमची दुखरी नस आहे आणि आम्ही आमच्या काश्मिरी बंधूंना त्यांच्या ऐतिहासिक संघर्षात कधीच एकटे पडू देणार नाही'' असेही मुनीर त्या भाषणात म्हणाले. त्यानंतर अवघ्या सहाच दिवसांनी बैसरानचा दहशतवादी हल्ला झाला. असीम मुनीरच्या त्या प्रक्षोभक भाषणात जणू ह्या हल्ल्याचे सूतोवाच होते. ह्या मुनीर महाशयांना पुढे २१ मे रोजी पाकिस्तानचे पंतप्रधान शाहबाज शरीफ यांनी न केलेल्या पराक्रमाबद्दल 'फील्डमार्शल'पदी बढतीही दिली.

असीम मुनीर २०१८ साली पाकिस्तानचे तत्कालीन लष्करप्रमुख जनरल कमर जावेद बाजवा यांच्या काळात कुख्यात आयएसआय म्हणजे इंटर सर्व्हिसेस इंटेलिजन्सचे प्रमुख होते. इम्रान खान पंतप्रधान झाले, तेव्हा आठ महिन्यांतच त्यांनी त्यांची त्या पदावरून हकालपट्टी केली. पण एप्रिल २०२२ मध्ये इम्रान खान यांचे पंतप्रधानपद जाताच नोव्हेंबरमध्ये लष्करप्रमुख बाजवा निवृत्त होत असल्याने शहबाज शरीफ यांनी मुनीर यांना लष्करप्रमुखपदावर आणले. त्यांच्या रूपाने दहशतवाद्यांना जणू नवा कैवारी सापडला. त्यातूनच बैसरानमध्ये मृत्यूचे तांडव घातले गेले.

बैसरान हल्ल्यानंतर पाकिस्तानविरुद्ध जणू संपूर्ण देश पेटून उठला होता. संतापाने खदखदत होता. पंतप्रधान सौदी अरेबियाहून परतले त्याच संध्याकाळी नवी दिल्लीत मंत्रिमंडळ सुरक्षा समितीची तातडीची बैठक बोलावण्यात आली. मंत्रिमंडळाची सुरक्षा समिती ही राष्ट्रीय सुरक्षेच्या विषयांवरील सर्वोच्च समिती मानली जाते. दीर्घकाळ चाललेल्या ह्या बैठकीत पहलगाम हल्ल्याचे पहिले प्रत्युत्तर म्हणून पाकिस्तानसंदर्भात काही तातडीचे आणि अत्यंत महत्त्वाचे निर्णय घेण्यात आले.

स्वतः एक काश्मिरी पंडित असलेले विदेश सचिव विक्रम मिस्री यांनी मंत्रिमंडळ सुरक्षा समितीच्या ह्या बैठकीत घेण्यात आलेल्या निर्णयांची माहिती त्या दिवशी पत्रकारांना दिली. दहशतवादाप्रती शून्य सहनशीलता ('झीरो टॉलरन्स टू टेररिझम') ह्या सरकारच्या नीतीचा उल्लेख करीत त्यांनी ह्या बैठकीत पाकिस्तानविरुद्ध उचलण्यात आलेल्या कठोर पावलांची सविस्तर माहिती दिली. मंत्रिमंडळाच्या सुरक्षा समितीच्या बैठकीत पुढील निर्णय झाले –

१. १९६० चा भारत पाकिस्तान सिंधू जलकरार तात्काळ संस्थगित करण्यात येत आहे. सीमेपारच्या दहशतवादाला पाकिस्तान देत असलेला पाठिंबा जोवर विश्वासार्हरीत्या काढून घेत नाही तोवर करारास दिलेली ही स्थगिती कायम राहील.

२. भारत – पाकिस्तानदरम्यानच्या अटारी – वाघा सीमेवरील एकात्मिक तपासणी नाका तात्काळ बंद करण्यात येईल. जे वैध कागदपत्रांवर पाकिस्तानात गेलेले असतील, त्यांना

त्याच मार्गे एक मे २०२५ पूर्वी भारतात परत यावे लागेल.

३) पाकिस्तानी नागरिकांना 'सार्क व्हिसा एक्झेम्प्शन स्कीम' म्हणजेच एसव्हीईएस ह्या योजनेखाली भारतात प्रवास करू दिला जाणार नाही. पाकिस्तानी नागरिकांना यापूर्वी ह्या योजनेखाली देण्यात आलेले 'एसव्हीईएस व्हिसा' रद्द समजले जातील. सध्या ह्या व्हिसाखाली भारतात असलेल्या पाकिस्तानी नागरिकांनी ४८ तासांच्या आत भारत सोडून चालते व्हावे.

४) नवी दिल्लीतील पाकिस्तानी उच्चायोगातील संरक्षण वा लष्करी, नौदल व हवाई सल्लागारांना यापुढे येथे राहता येणार नाही. त्यांनी आठवड्याच्या आत भारत सोडून निघून जावे. भारत इस्लामाबादेतील आपल्या उच्चायोगांतील समकक्ष अधिकारीही माघारी बोलवत आहे. संबंधित उच्चायोगांतील ही पदे रद्दबातल समजण्यात येतील. ह्या सेवा सल्लागारांचे व्यक्तिगत कर्मचारीही दोन्ही उच्चायोगांतून माघारी घेतले जातील.

५) उच्चायोगातील एकूण मनुष्यबळ येत्या १ मे २०२५ पासून सध्याच्या ५५ वरून ३० वर आणले जाईल.

सुरक्षाविषयक मंत्रिमंडळ समितीने एकंदर परिस्थितीचा आढावा घेतला व सर्व सैन्यदलांना आत्यंतिक दक्षता बाळगण्याचे निर्देश दिले. बैसरान हल्ल्यामागील सूत्रधारांचा शिक्षा देण्याचा आणि त्यांना मदत करणाऱ्यांना जबाबदार धरण्याचा दृढनिर्धार समितीच्या ह्या बैठकीत करण्यात आला.

ह्यावेळी सरकार पाकिस्तानला सहजासहजी सोडणार नाही हा विश्वास ह्या वेगवान निर्णयांतून देशाला मिळाला. अर्थात, आता प्रतीक्षा होती पुढील पावलांची.

दरम्यान, दुसऱ्या दिवशी गुरूवार दि. २४ एप्रिलला पाकिस्तानने भारताच्या निर्णयांना आपले प्रत्युत्तर म्हणून 'सिमला करार' संस्थगित करीत असल्याची घोषणा केली. भारतीय विमानांना आपल्या हवाई हद्दीत बंदी असेल तसेच भारताने पाकिस्तानचे पाणी वळवण्याचा कोणताही प्रयत्न केला, तर ती 'युद्धाची कृती' मानली जाईल असेही पाकिस्तानच्या वतीने जाहीर करण्यात आले. सिंधू जलकरार संस्थगितीचा भारताचा निर्णय पाकिस्तानच्या वर्मी बसला आहे हे ह्यातून पहिल्याच दिवशी स्पष्ट झाले.

पाकिस्तानचे एक चतुर्थांश सकल राष्ट्रीय उत्पन्न हे गहू, तांदूळ, कापूस, टोमॅटो, बटाटे, कांदे आदी पिकांवर अवलंबून आहे आणि ही पिके भारतातून वाहून येणाऱ्या नद्यांच्या पाण्यावर अवलंबून आहेत. सोळा दशलक्ष हेक्टर शेती आणि २३ कोटी लोक, ५४ टक्के रोजगार आणि ६० टक्के निर्यात ही त्यावर अवलंबून आहे. पंजाब आणि सिंध प्रांतातील जवळजवळ सर्व शेती सिंधू नदीच्या उपनद्यांच्या पाण्याच्या कालव्यांवर चालते. शेती आणि औष्णिक ऊर्जा यांचा पाकिस्तानच्या सकल राष्ट्रीय उत्पन्नातील वाटा २४ टक्के आहे. मंगला व तारबेला ह्या पाकिस्तानातील दोन प्रमुख धरणांमध्ये केवळ १० टक्के

पाणी साठवण्याची क्षमता आहे. त्यामुळे भारताने पाण्याच्या प्रवाहात घट केली तर त्याचा थेट फटका पाकिस्तानात शेतीला बसेल. केवळ शेतीलाच नव्हे, तर वीजनिर्मिती, वस्त्रोद्योग, खतेनिर्मिती प्रकल्प यांनाही फटका बसेल. सिंधू जल करार संस्थगित करण्याच्या भारताच्या निर्णयाचे भयावह परिणाम लक्षात आल्यानेच पाकिस्तानने त्याविरुद्ध लागलीच आकाशपाताळ एक केले. भारताच्या 'जलास्त्रा'ने पहिल्याच दिवशी पाकिस्तानला भारताच्या पुढील कारवाईचा अंदाज आला.

गुरुवार २४ एप्रिलला पंतप्रधान नरेंद्र मोदी यांचे बिहारमध्ये पूर्वनियोजित कार्यक्रम होते. तेथील विधानसभा निवडणूक या वर्षअखेरीस होणार असल्याने राष्ट्रीय लोकशाही आघाडीच्या प्रचाराचा जणू अप्रत्यक्ष आरंभच मोदींकडून होणार होता. मधुबनीत राष्ट्रीय पंचायतीराज दिनाच्या निमित्ताने ते एका कार्यक्रमात सहभागी होणार होते. नंतर जवळजवळ साडे तेरा हजार कोटींची विकासकामे ते लोकांना समर्पित करणार होते.

बिहारमधील मधुबनीतील त्या जाहीर सभेमध्ये पंतप्रधान नरेंद्र मोदी काय बोलतात ह्याकडे केवळ देशाचेच नव्हे, तर संपूर्ण जगाचे लक्ष लागले होते. बैसरान हल्ल्यातील मृतांना श्रद्धांजली वाहूनच पंतप्रधानांनी आपल्या भाषणाची सुरूवात केली. पंचायतीराज दिनाच्या आपल्या भाषणाच्या उत्तरार्धाकडे जाताना पंतप्रधानांनी बैसरान हल्ल्याच्या मुद्द्याला हात घातला. मोदी म्हणाले, ''ह्या दहशतवादी हल्ल्यात कोणी आपला मुलगा गमावला, कोणी आपला भाऊ गमावला, तर कोणी आपला जीवनसाथी गमावला. त्यापैकी काही बंगाली भाषक होते, काही कन्नड भाषक, काही मराठी भाषक, काही उडिया भाषक होते, काही गुजराती भाषक होते, तर काही बिहारचे होते. आज त्या सर्वांच्या मृत्यूबद्दल कारगिलपासून कन्याकुमारीपर्यंत आपले सर्वांचे दुःख आणि राग सारखाच आहे. हा हल्ला केवळ निःशस्त्र पर्यटकांवर झालेला नाही; देशाच्या शत्रूंनी भारताच्या आत्म्यावर हल्ला करण्याचे दुःसाहस केले आहे..''

संतापाने धगधगणाऱ्या देहबोलीत मोदी पुढे म्हणाले, ''मी अगदी स्पष्ट शब्दांत सांगू इच्छितो, की ज्या दहशतवाद्यांनी हा हल्ला केला आणि ज्यांनी हा कट रचला, त्यांना त्यांच्या कल्पनेपेक्षाही मोठी शिक्षा मिळेल! त्यांना शिक्षा नक्कीच मिळेल. आता दहशतवाद्यांचे उरलेसुरले अड्डे नष्ट करण्याची वेळ आली आहे. एकशे चाळीस कोटी भारतीयांची इच्छाशक्ती आता दहशतवाद्यांच्या म्होरक्यांचे कंबरडे मोडेल.''

हिंदीतून भाषण करीत असताना अचानक मोदी इंग्रजीकडे वळले. इंग्रजीतून त्यांनी जणू संपूर्ण जगाला ठणकावून सांगितले,

''मित्रांनो, आज बिहारच्या भूमीतून मी संपूर्ण जगाला सांगतो : भारत प्रत्येक दहशतवाद्याची आणि त्याच्या पाठीराख्याची ओळख पटवील, शोधून काढील आणि त्यांना सजा देईल. आपण अगदी पृथ्वीच्या शेवटापर्यंत जाऊन त्यांना शोधून काढू.''

(“फ्रेंडस, टुडे फ्रॉम द सॉईल ऑफ बिहार, आय से टू द होल वर्ल्ड, इंडिया विल आयडेंटिफाय, ट्रॅक अँड पनीश एव्हरी टेररिस्ट अँड देअर बॅकर्स. वुई विल पर्स्यू देम टू द एंड ऑफ द अर्थ!”)

पंतप्रधान पुढे गरजले –

“दहशतवादामुळे भारताचा आत्मा कधीही तुटणार नाही. दहशतवादाला शिक्षा झाल्याशिवाय राहणार नाही. न्याय व्हावा यासाठी सर्वतोपरी प्रयत्न केले जातील.”

(“टेररिझम विल नॉट गो अनपनिश्ड अँड दॅट एव्हरी एफर्ट विल बी मेड टू एनशुअर दॅट जस्टीस इज डन”)

“संपूर्ण देशाचा हा दृढनिर्धार आहे. मानवतेवर विश्वास ठेवणारा प्रत्येकजण आपल्या सोबत आहे. या काळात आमच्यासोबत ठामपणे उभे राहिलेल्या विविध देशांच्या जनतेचे आणि त्यांच्या नेत्यांचे मी आभार मानतो.”

(“द एंटायर नेशन इज फर्म इन धीस रिझॉल्व्ह. एव्हरीवन हू बिलीव्हज् इन ह्युमॅनिटी इज विथ अस.”)

पंतप्रधानांच्या ह्या खणखणीत गर्जनेने, अंतरी धगधगणाऱ्या देशाला थोडा दिलासा मिळाला.

इकडे दिल्लीत केंद्रीय गृहमंत्री अमित शहा, संरक्षणमंत्री राजनाथसिंह, परराष्ट्रमंत्री एस. जयशंकर, अर्थमंत्री निर्मला सीतारमण यांच्या उपस्थितीत सरकारने सर्वपक्षीय बैठक घेतली. पाकिस्तानविरुद्ध कोणतेही पाऊल उचलायचे झाले तर त्यासाठी राजकीय सहमती आणि एकजूट नितांत गरजेची होती. त्यादृष्टीने ही बैठक घेण्यात आली.

एकीकडे पंतप्रधानांनी पहलगाम हल्ल्याचा सूड घेण्याचा मनोदय जाहीर केला असताना दुसरीकडे अरबी समुद्रात नौदलाच्या आयएनएस सूरतवरून मध्यम पल्ल्याच्या ‘सरफेस टू एअर’ क्षेपणास्त्राची यशस्वी चाचणी घेण्यात आली.

दुसरीकडे भारतीय हवाई दलाने मध्य विभागात आपल्या ‘आक्रमण’ कवायतींना आरंभ केला. एका अर्थी पाकिस्तानला धडा शिकवण्याचे हे सांकेतिक इशारे होते.

विदेश मंत्रालयही नेटाने कामाला लागले. विदेश सचिव विक्रम मिस्री यांनी जी – २० सदस्य देशांच्या राजदूतांची एक बैठक घेतली आणि त्यांना बैसरान हल्ल्याची, त्यातील अमानुषतेची सविस्तर माहिती दिली.

इस्रायलचे पंतप्रधान बेंजामीन नेतन्याहू यांनी गुरुवारी २४ एप्रिलला पंतप्रधान मोदींना फोन केला. काही दिवसांपूर्वीच ‘हमास’च्या नेत्यांनी पाकिस्तानात लष्कर ए तय्यबाच्या म्होरक्यांची भेट घेतली होती, त्या पार्श्वभूमीवर हा फोन महत्त्वाचा ठरला.

मंत्रिमंडळ सुरक्षा समितीच्या बैठकीत देशातील पाकिस्तान्यांना मायदेशी हाकलण्याचा जो निर्णय घेण्यात आला होता, त्यासंदर्भात केंद्रीय गृहमंत्री अमित शहांनी सर्व राज्यांच्या

मुख्यमंत्र्यांशी संपर्क साधून पाकिस्तान्यांना ताबडतोब देशातून हाकलण्याचे निर्देश दिले.

भारत - पाकिस्तान संघर्ष आता अटळ आहे ह्याची कल्पना आलेले संयुक्त राष्ट्रांचे महासचिव आंतोनियो गुटेरस यांनी दोन्ही देशांना संयम राखण्याचे आवाहन केले खरे, परंतु संपूर्ण देश संतप्त होता. बैसरान हल्ल्यावेळी केरळचा निहाल हा पर्यटक तेथील झिपलाईनवर स्वतःचा व्हिडिओ काढत होता. त्याचवेळी बैसरानच्या कुरणात दहशतवादी हल्ला झाला. त्याच्या त्या व्हिडिओमध्ये मृत्यूचे ते सगळे तांडव चित्रीत झाले. तो व्हिडिओ प्रत्यक्ष पाहताना प्रत्येक भारतीयाचे रक्त खवळून उठले नसते तरच नवल...

पाकिस्तानला धडा शिकवण्यासाठी काय करता येईल त्यावर पंतप्रधानांची संरक्षणमंत्री, सीडीएस, तिन्ही सैन्यदलांचे प्रमुख व एनएसए अजित डोवाल यांच्याशी चाललेली चर्चा.

बैसरान हल्ल्यानंतर पहलगाममध्ये स्थानिकांनी काढलेली तिरंगा यात्रा.

३. 'त्यांना न्याय मिळेल, नक्कीच मिळेल!'

शुक्रवार दि. २५ एप्रिलला पाकिस्तानचे संरक्षणमंत्री ख्वाजा आसीफ यांनी 'स्काय न्यूज' ह्या विदेशी वृत्तवाहिनीला एक मुलाखत दिली. याल्दा हकीम ह्या नामांकित महिला पत्रकाराने घेतलेल्या त्या मुलाखतीत आसीफ यांनी अमेरिका आणि ब्रिटनसाठी पाकिस्तान आजवर 'डर्टी वर्क' करीत आल्याची कबुलीच बोलता बोलता देऊन टाकली. याल्दा हकीमने त्यांना पेचात टाकणारा प्रश्न विचारला,

"तुम्ही कबूल करता का महोदय, की ह्या दहशतवादी संघटनांची पाठराखण करण्याचा आणि त्यांना निधी पुरविण्याचा पाकिस्तानचा दीर्घ इतिहास राहिला आहे?"

("यू डू ॲडमिट सर, दॅट पाकिस्तान हॅज हॅड अ लाँग हिस्टरी ऑफ बॅकिंग अँड फंडिंग धीज टेररिस्ट ऑर्गनायझेशन्स?")

त्यावर ख्वाजा आसीफ बोलून गेले,

"वेल. वुई हॅव बीन डुईंग धीस डर्टी वर्क फॉर द युनायटेड स्टेटस् फॉर अबाऊट थ्री डिकेडस् यू नो? अँड द वेस्ट, इन्क्लुडिंग ब्रिटन."

अमेरिका आणि ब्रिटनसाठी सुमारे तीन दशके पाकिस्तान हा 'डर्टी वर्क' करीत

आला आहे ह्याची सुस्पष्ट कबुलीच त्यांच्या त्या उत्तरात प्रकटली. पुढे मात्र त्यांनी सारवासारव करण्याचा प्रयत्न केला.

''दॅट वॉज अ मिस्टेक अँड वुई सफर्ड फ्रॉम दॅट'' असे ख्वाजा आसीफ पुढे म्हणाले खरे, परंतु तोवर त्यांनी तीन दशकांच्या पाकिस्तानच्या पापांची लख्ख कबुली देऊन टाकली होती.

बैसरान हल्ल्याचा सूड म्हणून लष्कराने काश्मीर खोऱ्यातील दहशतवाद्यांची घरे स्फोटांद्वारे उडवून द्यायचा धडाका लावला. त्रालमध्ये आसीफ अहमद शेखचे, बीजबिहारामध्ये आदिल हुसेन ठोकरचे आणि पुलवामात अहसान शेखचे घर स्फोटाद्वारे उद्ध्वस्त करण्यात आले. यातील आदिल हुसेन ठोकर हा २०१८ साली पाकिस्तानात प्रशिक्षणासाठी गेला होता. २०२४ मध्येच तो खोऱ्यात परत आला होता आणि त्याने दहशतवादी कारवाया सुरू केल्या होत्या. बैसरान हल्ल्यामागे तो असल्याचा संशय होता.

दहशतवाद्यांची घरे स्फोटाने उडवण्याचे हे सत्र पुढे सुरूच राहिले. शनिवार, २६ एप्रिलला आणखी चार दहशतवाद्यांची घरे स्फोटके लावून उडवून देण्यात आली. पुलवामात अहसान अल हक शेखचे घर, शोपियाँमध्ये शाहीद अहमद कुत्तेचे घर, कुलगाममधील झाकीर अहमद गनीचे घर आणि कुपवाडामधील फारूख अहमद तेडवाचे घर भारतीय लष्कराने स्फोटके पेरून उडवून दिले. रविवारी २७ एप्रिलला आणखी तिघा दहशतवाद्यांची घरे उद्ध्वस्त केली गेली. शोपियाँमध्ये अदनान शफी, पुलवामामध्ये अमीर नाझीर, बांदिपोरामध्ये जमील अहमद शेरगोजरी आणि काचीपोरा पुलवामामध्ये हरीस अहमद या दहशतवाद्यांची घरे उडवली गेली.

भारताच्या आक्रमक पवित्र्याची चाहूल लागलेल्या पाकिस्तानने शुक्रवारी २५ एप्रिलला नियंत्रण रेषेवर गोळीबारास सुरूवात केली. भारतीय सेना पाकिस्तानव्याप्त काश्मीरमध्ये घुसेल ह्या भीतीने पाकिस्तानची गाळण उडाली होती. त्यासाठीच हा गोळीबार चालू झाला होता.

सिंधू जलकरार संस्थगित ठेवण्याच्या सरकारच्या घोषणेच्या पार्श्वभूमीवर केंद्रीय जलशक्ती मंत्री सी. आर. पाटील यांनी जाहीर केले की काश्मीरमधून वाहणाऱ्या नद्यांच्या पाण्याचा एक थेंबही पाकिस्तानात जाऊ देणार नाही! ते ऐकताच शनिवार, २६ एप्रिलला बेनझीर भुत्तोंचे पुत्र बिलावल भुत्तो झरदारी यांनी सिंध प्रांतातील सक्कर येथील सभेत भारताला धमकावले, ''पाकिस्तानचे पाणी थांबवाल तर नद्यांमध्ये रक्त वाहील!''

पाकिस्तानसाठी सिंधू व भारतातून वाहून जाणाऱ्या इतर नद्यांचे पाणी हा जीवनमरणाचा प्रश्न आहे हे पुन्हा एकदा त्यामुळे अधोरेखित झाले.

सिंधू जलकरार हा भारत आणि पाकिस्तान दरम्यान १९ सप्टेंबर १९६० रोजी करण्यात आला होता. त्यासाठी दोन्ही देशांत नऊ वर्षे वाटाघाटी चालल्या होत्या. त्या कराराला

बारा कलमे आणि आठ परिशिष्टे आहेत. त्या करारान्वये असे ठरले होते की सिंधू नदीशी संलग्न नद्यांपैकी सतलज, बियास आणि रावी ह्या पूर्वेकडच्या तीन नद्यांच्या पाण्याचा भारताला अनिर्बंध वापर करता येईल, तर पश्चिमेच्या सिंधू, झेलम आणि चिनाब ह्या नद्यांचे पाणी पाकिस्तान वापरील.

हा करार भारत – पाकिस्तान दरम्यान आजवर चार युद्धे होऊनही टिकला होता, मात्र, बैसरान हल्ल्यानंतर पहिली प्रतिक्रिया म्हणून भारत सरकारने हा करार संस्थगित करण्याचा निर्णय घेतला. खरे तर ह्या करारामध्ये बदल करण्यासाठी भारताने २०२३ साली जानेवारी महिन्यात पाकिस्तानला नोटीस पाठवली होती. त्यानंतर गेल्या वर्षी म्हणजे सप्टेंबर २०२४ मध्येही पाकिस्तानला सदर करारामध्ये कालानुरूप बदल आणि सुधारणा करण्यासंदर्भात आणखी एक नोटीस पाठवली गेली होती. सदर कराराच्या कलम १२ उपकलम (३) नुसार ह्या नोटिसा पाठवल्या गेल्या होत्या. मात्र, बैसरान हल्ल्यानंतर भारताने करारच संस्थगित करण्याचा निर्णय घेतला.

सध्या सिंधू जलकरार संस्थगित झाल्याने भारताला ह्या नद्यांच्या पाण्याच्या वापराचे नवे पर्याय खुले झाले आहेत. पाकिस्तानला ह्या नद्यांच्या पाण्याच्या विसर्गाबाबतचा तपशील सांगण्याची ह्यापुढे आवश्यकता नसेल. नद्यांच्या पाण्याच्या वापरावरील निर्बंधही हटले आहेत. पश्चिमेच्या पाकिस्तानच्या वाट्याच्या नद्यांवरील प्रकल्पांसाठी पाकिस्तानची परवानगी आवश्यक असे, ती आता लागणार नाही. ह्या नद्यांवर जलसाठे निर्माण करून पाकिस्तानला वाहून जाणाऱ्या पाण्याचे प्रमाण भारत कमी करू शकतो.

पश्चिमेच्या नद्यांवर भारताचे दोन जलऔष्णिक प्रकल्प आहेत. किशनगंगा प्रकल्प हा किशनगंगा ह्या झेलमच्या उपनदीवर, तर रॅटल हा चिनाब नदीवरील जलऔष्णिक प्रकल्प आहे. त्यांच्या उभारणीत पाकिस्तान आजवर अडथळे आणीत आला होता. मात्र, आता भारत हे काम आपल्याला हवे तसे पूर्ण करू शकेल. ह्या नद्यांवरील धरणातील गाळ साफ करण्यासाठी खालची दारे उघडून त्या पाण्याचे 'फ्लशिंग' करण्यासही आता पाकिस्तानच्या विरोधाची तमा बाळगण्याची भारताला गरज नसेल. सध्या भारतापाशी पाकिस्तानला जाणारे पाणी रोखून धरण्यासाठी पर्यायी व्यवस्था जरी नसली, तरी येणाऱ्या काळात तो ती निर्माण करू शकतो. त्यामुळेच अशा प्रकारचे कोणतेही कृत्य युद्धास आमंत्रण देईल अशी धमकी पाकिस्तान देत राहिला.

सिंधू जलकराराचे स्वरूपच असे आहे की परस्पर सहमतीने एखादा नवा करार झाल्याखेरीज दोन्हीपैकी कोणताही देश ह्या करारातून बाहेर पडू शकत नाही. कराराच्या कलम ९ आणि परिशिष्ट क्र. 'एफ' आणि 'जी' खाली गाऱ्हाणे मांडता येते, परंतु ते आधी सिंधू जल आयोगापुढे आणि नंतर तोडगा न निघाल्यास त्रयस्थ तज्ज्ञापुढे मांडावे लागते. मात्र, करारातील एखाद्या तरतुदीसंदर्भात हे कलम लागू आहे. संपूर्ण करारच संस्थगित

करण्याला हे लागू नाही.

जोवर पाकिस्तान भारतविरोधी दहशतवादाची साथ सोडत नाही, तोवर सिंधू जल करार संस्थगित राहील हे मोदी सरकारने स्पष्ट केलेले आहे. भारताने पाकिस्तानचे पाणी रोखले तर चीन ब्रह्मपुत्रेचे पाणी अडवील असा युक्तिवाद काही जण करतात, परंतु आसामचे मुख्यमंत्री हेमंत बिस्वासर्मा यांनी त्यासंदर्भात विस्तृत स्पष्टीकरण देऊन, चीनने तसे केले तरीही भारतातील ब्रह्मपुत्रेच्या प्रवाहावर विशेष परिणाम होणार नसल्याचे आकडेवारीनिशी सांगितले आहे.

पाकिस्तानच्या पंजाब आणि सिंध प्रांतांची शेती सर्वस्वी भारतातून वाहून येणाऱ्या नद्यांवरील जलसिंचन कालव्यांवर अवलंबून असल्याने भारताने सिंधू जलकरार संस्थगित केल्याने पाकिस्तानच्या तोंडचे पाणी पळाले खरे. झेलम नदीवरील मंगला आणि सिंधू नदीवरील तारबेला ही पाकिस्तानची प्रमुख धरणे. भारताने जलकरार संस्थगित करताच आपली धरणे स्वच्छ करण्याच्या उचललेल्या पावलांमुळे चिनाब नदीच्या पाण्याची पातळी खालावली. पंचवीस तीस फुटांवरून वाहणारे पाणी दोन तीन फूट उरले. नदीतील दगडगोटे वर दिसू लागले. भारताने खरोखरच पाणी रोखले तर काय होऊ शकते ह्याची पुरेपूर कल्पना पाकिस्तानला त्यातून आली.

भारत सिंधू जलकरार मानणार नसेल तर भारतातून पाकिस्तानात वाहणाऱ्या सिंधू, झेलम, चिनाब, बियास, सतलज आणि रावी ह्या सर्व नद्यांच्या पाण्यावर भारताचा हक्क राहील. तूर्त पाणी साठवण्याच्या वा अन्यत्र वळवण्याच्या साधनसुविधांच्या अभावी पाकिस्तानला त्याचा फायदा मिळेल हे खरे असले, तरी मोदींच्या कारकिर्दीत तरी भारत दहशतवादाची पाठराखण करणाऱ्या पाकिस्तानला सुखासुखी पाणी मिळू देणार नाही हेही तितकेच खरे आहे. त्यामुळे यापुढील काळातही दोन्ही देशांमध्ये पाणी हा संघर्षाचा प्रमुख मुद्दा राहणार आहे.

भारत – पाकिस्तान संघर्षाला धार चढू लागल्याने सावध झालेल्या देशांनी मध्यस्थीचे प्रयत्न सुरू केले. संयुक्त अरब अमिरातींचे प्रमुख महंमद बिन झायेद अल नाह्यान, इराणचे राष्ट्राध्यक्ष मसूद पेझेस्कियान यांनी पंतप्रधान मोदींना फोन लावले. ईजिप्तचे विदेशमंत्री बद्र अब्दलातींनी भारतीय विदेशमंत्री एस. जयशंकर यांच्याशी संपर्क साधला. इराणने तर थेट मध्यस्थीचा प्रस्ताव मांडला.

पाकिस्तानकडून मात्र नियंत्रणरेषेवर सतत तिसऱ्या रात्री गोळीबार सुरू होता. लंडनमधील पाकिस्तानी दूतावासाबाहेर निदर्शने करणाऱ्या भारतीयांना तेथील एका कर्मचाऱ्याने गळा चिरण्याची खूण करीत धमकावल्याचे वृत्तवाहिन्यांच्या कॅमेऱ्यांनी टिपले. खरे तर पाकिस्तान भेदरून गेला होता. त्यामुळे पंतप्रधान शाहबाज शरीफ यांनी बैसरान हल्ल्याच्या त्रयस्थ चौकशीस तयार असल्याचाही आव आणला. मात्र, पाकिस्तानचा भरपूर पूर्वानुभव

असलेल्या भारताने तो साफ फेटाळून लावला. चीनने मात्र ह्या त्रयस्थ चौकशीस आपला पाठिंबा दर्शवला. भारत पाकिस्तान नियंत्रण रेषेवरील तणावाच्या पार्श्वभूमीवर संरक्षणमंत्री राजनाथसिंह यांनी सुरक्षा दल प्रमुखांची आणखी एक बैठक शनिवारी २६ एप्रिलला घेतली.

रविवार २७ एप्रिल उजाडला, तो नौदलाने अरबी समुद्रात जहाजविरोधी गोळीबाराची प्रात्यक्षिके चालविल्याच्या बातमीने. भारतीय नौदल आक्रमक हल्ल्याची तयारी करीत असल्याच्या तर्काला पुष्टी मिळाली. उरीमधील दहशतवादी हल्ल्यानंतर लष्कराने नियंत्रण रेषेपार सर्जिकल स्ट्राईक केले होते. पुलवामा घडले, त्यानंतर भारतीय हवाई दलाने बालाकोटमध्ये बॉम्ब टाकले होते. त्यामुळे आता पहलगामनंतर भारतीय नौदल प्रत्युत्तर देईल अशी चर्चा त्यामुळे सुरू झाली होती.

२७ एप्रिलला तुर्कियेचे सी – १३० मालवाहू हरक्युलीस हेलिकॉप्टर आणि त्यानंतर २ मे रोजी तुर्कियेची अदा क्लास पाणबुडी कराची बंदरात आढळून आल्याने तुर्कियेकडून पाकिस्तानला ड्रोन किंवा तत्सम शस्त्रास्त्रांचा पुरवठा झाल्याचा संशय बळावला. पुढे भारताने 'ऑपरेशन सिंदूर' चालवले, तेव्हा तुर्कियेने तसेच अझरबैजानने भारताच्या त्या कारवाईचा निषेध केला. तुर्कियेने भारताचा हल्ला चिथावणीखोर असल्याची प्रतिक्रिया दिली. पुढे पाकिस्तानने भारतावर हल्ला करण्यासाठी पाठवलेल्या ड्रोनच्या लाटांमागून लाटा ह्या तुर्कियेने बनवलेल्या ड्रोनच्या असल्याचे आढळल्याने पाकिस्तानला तुर्कियेचे पाठबळ असल्याचे पुरते स्पष्ट झालेच.

अझरबैजानचे शत्रूराष्ट्र असलेल्या आर्मिनियाचे विदेशमंत्री अरारात मिरझोयान यांनी मात्र भारताला पाठिंबा दर्शवला, तुर्किये आणि अझरबैजान यांनी भारताऐवजी ह्या संघर्षात पाकिस्तानची बाजू घेतली ह्याला खरे तर मोठी पार्श्वभूमी आहे. हे मुस्लीम देश आहेत हे एक कारण तर झालेच, परंतु तुर्कियेशी पाकिस्तानचे पूर्वीपासून चांगले संबंध आहेत. शीतयुद्धाच्या काळातील सेंटो म्हणजे सेंट्रल ट्रीटी ऑर्गनायझेशनमध्ये तुर्कीही पाकिस्तानच्या सोबत होता. १९६४ मध्ये तसेच नंतर १९७१ मध्ये तुर्किये आणि सायप्रस यांच्यात उफाळलेल्या संघर्षात पाकिस्तानच्या तत्कालीन राजवटीने तुर्कियेची साथ दिली होती. तय्यीप एरडोगन २००३ साली तुर्कियेत सत्तेवर आले तेव्हापासून त्यांनी पाकिस्तानला तब्बल दहा वेळा भेट दिली. सौदी अरेबिया आणि संयुक्त अरब अमिरातीचा प्रभाव कमी करण्यासाठी तुर्किये पाकिस्तानच्या जवळ जात आहे असे राजकीय निरीक्षकांना वाटते. गेल्या फेब्रुवारी महिन्यात एरडोगन यांनी काश्मिरींच्या संघर्षात तुर्किये त्यांच्यासोबत असल्याचे वक्तव्य केले होते. पाकिस्तानचे नौदल बळकट करण्यात तुर्कियेने वेळोवेळी मदत दिलेली आहे. भारताने मात्र तुर्किये – सायप्रस संघर्षात ग्रीसचा पाठिंबा असलेल्या सायप्रसची बाजू घेतली आहे. भारत मध्यपूर्व आणि युरोपपर्यंतचा जो इकॉनॉमिक कॉरिडॉर बनवू पाहतो आहे, त्यातून तुर्कियेला वगळण्यात आलेले आहे.

अझरबैजान आणि आर्मीनिया यांच्यातील संघर्षात भारत नेहमीच आर्मीनियाच्या बाजूने राहिला आहे, तर पाकिस्तानने अझरबैजानची पाठराखण केली आहे. नागोर्नो – काराबाख संघर्षात भारताने आर्मीनियाची बाजू घेतली होती. आर्मीनियाला भारताकडून शस्त्रास्त्र निर्यात होते, तर अझरबैजानला पाकिस्तानकडून जेएफ १७ विमाने दिली गेली आहेत.

गेल्यावर्षी जुलै महिन्यात पाकिस्तान, तुर्किये आणि अझरबैजान या तीन देशांची परिषदही झाली होती. त्यामुळे हे त्रिकुट ह्या संघर्षात पाकिस्तानसोबत राहिल्याचे दिसून आले. खरे तर दोन वर्षांपूर्वी तुर्कियेत मोठा भूकंप झाला, तेव्हा भारत हा त्यांच्या मदतीला धावून जाणारा पहिला देश होता, परंतु उपकारांचे स्मरण ठेवील तर तो तुर्किये कसला? अर्थात भारतीय जनतेने तुर्किये आणि अझरबैजानच्या पर्यटनाकडे पाठ फिरवून आणि भारत सरकारने आणि भारतीय कंपन्यांनी तुर्कियेच्या कंपन्यांची विविध कंत्राटे रद्दबातल करून त्यांना पुढे योग्य तो धडा शिकवलाच.

रविवार हा पंतप्रधानांच्या 'मन की बात'चा दिवस. पंतप्रधान मोदी काय बोलतात ह्याकडे अवघा देश २७ एप्रिलला कान लावून बसला होता. मोदींनी आपल्या 'मन की बात'ची सुरूवातच बैसरानच्या विषयाला हात घालून केली.

मोदी म्हणाले, ''माझ्या प्रिय देशबांधवांनो, आज मी तुमच्याशी 'मन की बात' मधून संवाद साधत आहे, मात्र माझे मन अतिशय व्यथित आहे. २२ एप्रिलला पहलगामला झालेल्या दहशतवादी हल्ल्यामुळे देशातील प्रत्येक नागरिक दुःखी झाला आहे. शोकाकुल कुटुंबाप्रति प्रत्येक भारतीयाच्या मनात सहानुभूती आहे. भले ते कुठल्याही राज्यातील असोत, कोणतीही भाषा बोलणारे असोत, मात्र या हल्ल्यात ज्यांनी आपल्या प्रियजनांना गमावले, त्यांचे दुःख त्यांना जाणवते आहे. मला जाणीव आहे, दहशतवादी हल्ल्याची छायाचित्रे पाहून प्रत्येक भारतीयाचे रक्त खवळलेले आहे. पहलगाममधील ह्या हल्ल्यातून दहशतवादाला खतपाणी घालणाऱ्यांची उद्विग्नता दिसून येते. त्यांचा भेकडपणा दिसून येतो. काश्मीरमध्ये पुन्हा एकदा शांतता नांदत होती, शाळा आणि महाविद्यालयांत चैतन्य होते. पायाभूत सुविधांच्या निर्मितीला गती मिळाली होती. लोकशाही मजबूत होत होती, पर्यटकांच्या संख्येत विक्रमी वाढ झाली होती. लोकांचे उत्पन्न वाढत होते, युवकांसाठी नव्या संधी निर्माण होत होत्या. मात्र, देशाच्या शत्रूंना हे पसंत नव्हते. दहशतवादी आणि त्यांचे आश्रयदाते यांना काश्मीर पुन्हा उद्ध्वस्त व्हावे असे वाटत होते. आणि म्हणूनच एवढा मोठा कट रचण्यात आला. दहशतवादाविरोधातल्या ह्या युद्धात देशाची एकजूट, एकशे चाळीस कोटी भारतीयांची एकजूट ही आपली सर्वांत मोठी ताकद आहे. हीच एकजूट दहशतवादाविरुद्ध आपल्या निर्णायक लढाईचा आधार आहे. देशासमोर उद्‌भवलेल्या या आव्हानाचा सामना करण्यासाठी आपल्याला आपले संकल्प अधिक दृढ करायचे आहेत. एक राष्ट्र म्हणून आपल्याला प्रबळ इच्छाशक्ती दाखवून द्यावी लागेल.''

''दहशतवादाविरुद्धच्या आपल्या लढाईत संपूर्ण जग एकशे चाळीस कोटी भारतीयांसोबत खंबीरपणे उभे आहे''असा निर्वाळाही पंतप्रधानांनी यावेळी दिला. ते पुढे म्हणाले,

''मी पुन्हा एकदा पीडित कुटुंबांना विश्वास देतो की त्यांना न्याय मिळेल. नक्कीच न्याय मिळेल. या हल्ल्यातील दोषींना आणि तो कट रचणाऱ्यांना अतिशय कठोर प्रत्युत्तर दिले जाईल.''

दहशतवादाविरुद्धच्या निर्णायक लढाईचे संकेत पंतप्रधानांच्या मनोगतातून देशाला मिळाले. भारत पाकिस्तानमधील वाढत्या तणावाची दखल घेऊन ब्रिटनच्या विदेशमंत्र्यांनी भारतीय विदेशमंत्री जयशंकर आणि पाकिस्तानचे विदेशमंत्री इशाक दार यांच्याशी चर्चा केली.

२६ आणि २७ एप्रिलच्या रात्री पाकिस्तानकडून नियंत्रण रेषेवर फौजांची जमवाजमव सुरू झाल्याच्या बातम्या आल्या. गोळीबार तर सुरूच होता. भारतीय सैन्य त्याला प्रत्युत्तर देत होते.

दरम्यान भारतातील पाकिस्तान्यांची परतपाठवणी देशभरातून सुरूच होती. अटारी सीमेवरून चार दिवसांत जवळजवळ ५३७ पाकिस्तान्यांना परत पाठवण्यात आले.

सोमवार २८ एप्रिलला भारत आणि फ्रान्सदरम्यान राफेल विमान खरेदीसंदर्भात चौसष्ट हजार कोटींचा नवा खरेदी व्यवहार झाला. त्यानुसार २०३१ सालापर्यंत नवी २६ राफेल विमाने फ्रान्स भारताला देणार आहे. ह्या वार्तेने पुन्हा एकदा पाकिस्तानची झोप उडाली.

सरकार पाकिस्तानच्या प्रतिशोधाच्या विविध उपायांची चाचपणी करीत होतेच. काही पाकिस्तानी युट्यूब चॅनल भारतामध्ये पाकिस्तानचे समर्थन करीत असल्याचे आढळल्याने भारत सरकारने सोळा पाकिस्तानी यूट्यूब चॅनल ब्लॉक करून टाकले. एकतर्फी वार्तांकनाबद्दल बीबीसीलाही तंबी मिळाली. बीबीसी आपल्या बातम्यांमध्ये दहशतवाद्यांचा उल्लेख 'टेररिस्ट' ऐवजी 'मिलिटंट' म्हणून सातत्याने करीत असल्याची दखल अखेर भारत सरकारने घेतली आणि कान पिरगाळले.

बैसरान हल्ल्यानंतर एकेक दिवस उलटत होता. पहिल्या दिवशी मंत्रिमंडळ सुरक्षा समितीने घेतलेल्या निर्णयांव्यतिरिक्त भारत सरकारने पाकिस्तानविरुद्ध ठोस असे पाऊल अद्याप उचलले नव्हते. साहजिकच विरोधकांना हळूहळू कंठ फुटू लागला. प्रश्न विचारले जाऊ लागले. काँग्रेस अध्यक्ष मल्लिकार्जुन खर्गे यांनी सर्वपक्षीय बैठकीतील पंतप्रधानांच्या अनुपस्थितीचा मुद्दा उपस्थित केला.

पाकिस्तानची मात्र भारत आता बैसरानचा सूड उगविल्यावाचून राहणार नाही ह्याची खात्री पटली होती. त्यामुळे पाकिस्तानचे संरक्षणमंत्री ख्वाजा आसीफ यांनी 'इंडियाज इन्कर्जन इज इमिनंट' असल्याची आपली भीती व्यक्त केली.

अमेरिकेने वाढत्या तणावाच्या पार्श्वभूमीवर दोन्ही देशांना शांततामय उपाय शोधण्याचे

आवाहन केले. चीनने भारत आणि पाकिस्तानने तणाव कमी करण्याचे प्रयत्न केल्यास त्याचे स्वागत असेल अशी भूमिका मांडली. चिनी विदेशमंत्री वांग यी यांनी पाकिस्तानचे विदेशमंत्री इशाक दर यांच्याशी फोनवरून चर्चा केली. ब्रिटनचे विदेशमंत्री डेव्हीड लॅमी यांनी भारतीय विदेशमंत्री एस. जयशंकर यांना फोन केला.

परंतु आता शांततेचे उपाय करण्याची वेळ टळून गेली होती. जम्मू काश्मीर विधानसभेने पहलगाम हल्ल्याचा सर्वपक्षीय निषेध नोंदवणारा ठराव संमत करून केंद्र सरकारला प्रत्युत्तराच्या कारवाईस आपला पाठिंबा जाहीर केला.

२०१६ मधील उरी हल्ल्यानंतर सर्जिकल स्ट्राईकनी, २०१९ मधील पुलवामा हल्ल्यानंतर बालाकोटवर बॉम्बफेक करून पाकिस्तानला कडक प्रत्युत्तर दिले गेले होते. आता २०२५ मध्ये बैसरान हल्ल्याचेही तसेच प्रखर प्रत्युत्तर अवघा देश अपेक्षित होता...

पंतप्रधानांच्या भेटीस आलेले जम्मू काश्मीरचे मुख्यमंत्री उमर अब्दुल्ला. बैसरान हल्ल्याचा सूड घेतला जावा असा ठराव जम्मू काश्मीर विधानसभेत संमत झाला.

४. ..आणि शत्रू गाफील राहिला!

२९ एप्रिलला बैसरान हल्ल्याला सात दिवस पूर्ण झाले. सरकार अजून पाकिस्तानविरुद्ध प्रत्युत्तराची कारवाई करीत नाही हे पाहून प्रमुख विरोधी पक्ष काँग्रेसने सरकारला घेरण्याची तयारी सुरू केली. संसदेचे विशेष अधिवेशन बोलावण्याची मागणी काँग्रेस पक्षाने पुढे केली. काँग्रेसकडून पंतप्रधान मोदींचे छायाचित्र देऊन 'गायब' ह्या शीर्षकाखाली पोस्टरही जारी केले गेले.

पण पंतप्रधान गायब नव्हते. त्यांच्या डोक्यात पुढच्या योजना चालल्या होत्या. त्यांनी पाकिस्तानला धडा शिकवण्याचा निर्णयाधिकार सैन्यदलांना सोपवून टाकला. 'लक्ष्य, वेळ आणि हल्ला कसा करायचा ते तुम्ही ठरवा' अशा स्पष्ट सूचना सैन्यदलांस मिळाल्या. पंतप्रधानांची केंद्रीय गृहमंत्र्यांसमवेत त्या दिवशी एक प्रदीर्घ बैठक झाली.

गृहमंत्रालयात केंद्रीय गृहसचिव गोविंद मोहन यांच्या अध्यक्षतेखाली आणखी एक उच्चस्तरीय बैठक झाली. त्यात राष्ट्रीय सुरक्षा दल (एनसएसजी), सीमा सुरक्षा दल (बीएसएफ), केंद्रीय राखीव पोलीस दल (सीआरपीएफ) आणि सशस्त्र सीमा बल (एसएसबी) चे वरिष्ठ अधिकारी सहभागी झाले.

पंतप्रधान मोदी यांची गृहमंत्र्यांशी झालेली प्रदीर्घ बैठक, राष्ट्रीय स्वयंसेवक

संघाचे सरसंघचालक मोहन भागवत यांनी पंतप्रधानांच्या भेटीस येणे ह्यामुळे काहीतरी महत्त्वाचे घडणार असे संकेत मिळाल्याने चर्चेला ऊत आला, मात्र, ह्या बैठका केंद्रीय मंत्रिमंडळाने दुसऱ्या दिवशी जाहीर केलेल्या जातनिहाय जनगणनेच्या संदर्भात होत्या हे पाहून विरोधक बुचकळ्यात पडले. बैसरान हल्ल्यापासून अन्यत्र लक्ष वळवण्यासाठीच अचानक जातनिहाय जनगणनेचा विषय पुढे आणला जात असल्याची हाकाटी पिटायला विरोधकांनी सुरूवात केली. दूरचित्रवाणीवरही त्याबाबत चर्चा रंगल्या.

मात्र, आंतरराष्ट्रीय स्तरावर पाकिस्तानला एकटे पाडण्याचे भारत सरकारचे प्रयत्न पद्धतशीरपणे सुरू होते. संयुक्त राष्ट्रांच्या बैठकीत भारताने पाकिस्तानचा 'जागतिक दहशतवादाला खतपाणी घालणारा दुष्ट देश' असा उल्लेख केला. भारताविरुद्ध अण्वस्त्रांचा वापर करण्याची धमकी पाकिस्तानचे संरक्षणमंत्री ख्वाजा आसीफ यांनी दिली, त्यामुळे भारतात त्यांचे 'एक्स' खाते बंद पाडले गेले.

३० एप्रिल हा अक्षय्यतृतियेचा दिवस. केंद्रीय मंत्रिमंडळाच्या बैठकीत त्या दिवशी देशात जातनिहाय जनगणना घेण्यास मंजुरी देण्यात आली. बैसरानचा विषय आता बाजूला पडतो की काय असे चित्र त्यामुळे निर्माण झाले. आतापर्यंत दबक्या आवाजात बोलणारे विरोधक आता तावातावाने पुढे झाले.

मात्र, दिल्लीत बैठकांचे सत्र सुरूच होते. मंत्रिमंडळ सुरक्षा समितीची बैठक, राजकीय व्यवहार समितीची बैठक, आर्थिक व्यवहार समितीची बैठक अशा बैठकांमागून बैठका चालल्या होत्या. राष्ट्रीय सुरक्षा सल्लागार मंडळाचीही फेररचना झाली आणि 'रॉ'चे माजी प्रमुख अलोक जोशी यांची त्याच्या अध्यक्षपदी नियुक्ती झाली. माजी पश्चिमी एअर कमांडर एअर मार्शल पी. एम. सिन्हा, माजी सदर्न आर्मी कमांडर लेफ्टनंट जनरल ए. के. सिंह, रिअर ॲडमिरल (नि.) माँटी खन्ना तसेच निवृत्त आयपीएस अधिकारी बी. व्यंकटेश वर्मा आणि राजीवरंजन वर्मा यांची त्यावर नेमणूक झाली.

भारत - पाकिस्तान दरम्यानचा तणाव कमी झालेला नसून भारत काही ना काही प्रत्युत्तर दिल्याखेरीज राहणार नाही ह्याची तिकडे अमेरिकेला खात्री पटली होती. त्यामुळे अमेरिकेच्या परराष्ट्र मंत्रालयाचे प्रवक्ते टॉमी ब्रुस यांनी पत्रकार परिषद घेतली. अमेरिकेचे विदेशमंत्री मार्को रूबियो लवकरच भारत आणि पाकिस्तानशी तणाव कमी करण्यासंदर्भात बोलतील आणि इतर देशांशीही संपर्क साधतील असे त्यांनी जाहीर केले. रात्री विदेशमंत्री एस. जयशंकर यांच्याशी मार्को रूबियो बोलले. सौदी अरेबिया आणि कतारनेही भारत आणि पाकिस्तानला तणाव कमी करण्याचे आवाहन केले.

पाकिस्तानने तर भारताच्या हल्ल्याची एवढी धास्ती घेतली होती की त्यांचे माहिती मंत्री आताउल्ला तरार यांनी मध्यरात्री दोन वाजता पत्रकार परिषद बोलावून, येत्या २४ ते ३६ तासांत भारत पाकिस्तानवर हल्ला चढविणार आहे, अशी भीती व्यक्त केली. नऊ मे

रोजी रशियातील व्हिक्टरी परेडला पंतप्रधान मोदी जाणार नसल्याचे स्पष्ट झाल्याने आता काहीतरी घडेल ह्या भीतीने पाकिस्तानची आणखी गाळण उडाली.

पाकिस्तानकडून गेल्या २३ एप्रिलपासून नियंत्रण रेषेवर सतत गोळीबार सुरू असल्याने भारतीय लष्कराने पाकिस्तानला युद्धबंदी उल्लंघनाबाबत कडक शब्दांत तंबी दिली. २३ एप्रिलला जम्मू आणि पूंछ सेक्टरमध्ये तातापानी व मेंढरमध्ये पाकिस्तानकडून ह्या गोळीबाराला सुरूवात झाली होती. २४, २५ आणि २६ एप्रिलला काश्मीर खोऱ्यात आणि जम्मूत अनेक ठिकाणांवर नियंत्रण रेषेवर पाकिस्तानकडून सतत गोळीबार सुरू राहिला. २७ एप्रिलला काश्मीर खोऱ्यात तुतमार गली आणि रामपूरमध्ये गोळीबार चालू झाला. २८ एप्रिलला पूंछ आणि कुपवाडा धगधगले. २९ एप्रिलला आंतरराष्ट्रीय सीमेवर अखनूरच्या चिनाब ठाण्यावर गोळीबार सुरू झाला. ३० एप्रिलला बारामुल्ला आणि कुपवाडातील ठाण्यांवर, तसेच पारघल, सुंदरबनी आणि नौशेरा सेक्टरमध्येही गोळीबाराला तोंड फुटले. भारतीय सैनिकांनीही नियंत्रण रेषा धगधगत ठेवण्याच्या ह्या पाकिस्तानच्या प्रयत्नांना तितकेच तडाखेबंद उत्तर दिले.

नियंत्रण रेषेवरील व आंतरराष्ट्रीय सीमेवरील सततच्या गोळीबारामुळे मंगळवार २९ एप्रिलला दोन्ही देशांचे डीजीएमओ एकमेकांशी बोलले, परंतु दुसऱ्या रात्रीही गोळीबार सुरूच राहिला. पाकिस्तानच्या सततच्या हल्ल्यांमुळे नियंत्रण रेषेवरील नागरिकांनी सुरक्षितस्थळी जाण्यासाठी बंकरची साफसफाई हाती घेतली.

३० एप्रिलला काँग्रेस नेते शशी थरूर यांचा इंडियन एक्स्प्रेसमध्ये 'हिट हार्ड, हिट स्मार्ट' हा लेख प्रसिद्ध झाला. त्यात त्यांनी सरकारला सल्ला दिला, ''इंडियाज् मस्ट बी अ मल्टी डायमेन्शनल स्ट्रॅटेजी कॅलिब्रेटेड अँड कॅल्क्युलेटेड, कम्बायनिंग मेजर्ड अग्रेशन दॅट डिलिव्हर्स कॉन्सिक्युएन्सीस फॉर टेरर विथ मेथडस् दॅट प्रिव्हेंट अनकंट्रोलेबल एस्कलेशन.''

अनिर्बंधपणे चिघळणार नाही अशा पद्धतीने दहशतवादाला परिणाम भोगायला लावणारी अनेक स्तरांवरील सुनियोजित परंतु मोजूनमापून केलेली आक्रमक कारवाई भारताने आखायला हवी असे थरूर यांनी सरकारला सुचवले.

बघता बघता मे महिना उजाडला, तरी बैसरान हल्ल्यातील दहशतवाद्यांचा थांगपत्ता लागला नव्हता. भारत आणि पाकिस्तान दरम्यानचा तणाव मात्र दिवसेंदिवस वाढत चालला. भारत आपल्यावर कधीही हल्ला करू शकतो ह्या पाकिस्तानच्या भीतीत दिवसेंदिवस भरच पडत चालली होती. त्यात अरबी समुद्रात भारत आणि पाकिस्तानच्या नौदल कवायती सुरू होत्या.

ह्या पार्श्वभूमीवर एक मे रोजी अमेरिकेचे संरक्षणमंत्री पीट हेगसेथ यांनी भारताचे संरक्षणमंत्री राजनाथसिंह यांच्याशी फोनवर चर्चा केली. ''पाकिस्तान हा जागतिक दहशतवादाला खतपाणी घालत असून प्रदेशात अस्थिरता माजवत आहे'' असे राजनाथसिंह

यांनी हेगसेथ यांना सुनावले. त्यावर दहशतवादाविरुद्धच्या लढाईत आणि भारताच्या स्वसंरक्षणाच्या अधिकारास अमेरिकेचा पाठिंबा राहील असे हेगसेथ म्हणाल्याचे भारताच्या संरक्षण मंत्रालयाच्या पत्रकातून जाहीर करण्यात आले.

पंतप्रधानांच्या हस्ते एक मे रोजी वर्ल्ड ऑडिओ व्हिज्युअल अँड एंटरटेनमेंट समिट म्हणजेच 'वेव्हज्' परिषदेचे मुंबईत उद्घाटन झाले. पंतप्रधानांच्या तेथील भाषणात दहशतवाद, पाकिस्तान यांचा उल्लेख नव्हता. साहजिकच विरोधकांनी सरकारला बैसरान हल्ल्याचा विसर पडल्याची हाकाटी पिटायला सुरूवात केली. परंतु केंद्रीय गृहमंत्री अमित शहा यांनी पुन्हा एकवार दहशतवाद्यांना परिणामांचा इशारा दिला.

दिल्लीमध्ये उपेंद्रनाथ ब्रह्मा यांच्या पुतळ्याच्या अनावरण कार्यक्रमामध्ये श्री. शहा यांनी पहलगाम हल्ल्यातील मृतांना श्रद्धांजली वाहताना सांगितले की, ज्यांनी आपले निकटवर्तीय ह्या हल्ल्यात गमावले आहेत, ही केवळ त्यांची हानी नसून संपूर्ण देशाची हानी आहे. ते दुःख जेवढे त्यांच्या कुटुंबीयांच्या हृदयात आहे, तेवढेच ह्या देशाच्या प्रत्येक नागरिकाच्या हृदयात आहे. काश्मीरमध्ये दहशतवादात गुंतलेल्यांप्रती पंतप्रधान नरेंद्र मोदींचे धोरण 'शून्य सहनशीलते'चे असून आम्ही आमची लढाई जोमाने लढतो आहोत. आमच्या नागरिकांचा जीव घेतल्याने ही लढाई जिंकली आहे असे दहशतवाद्यांनी समजू नये. हा लढाईचा अंत नसून दहशतवादाला जबाबदार असलेल्या प्रत्येकाला उत्तर तर मिळेलच आणि उत्तर द्यायलाही भाग पाडले जाईल – ''हर व्यक्ती को चून चून के जवाब भी मिलेगा, जवाब भी लिया जाएगा!''

''अशा भ्याड हल्ल्यांनी जिंकलो असे कोणाला वाटत असेल तर त्यांनी जाणावे की हे मोदी सरकार आहे जे कोणालाही सोडणार नाही!''

भारताच्या भूमीवरून दहशतवादाचे उच्चाटन करण्याचा संकल्प पूर्ण केला जाईल अशी ग्वाहीही शहा यांनी ह्यावेळी दिली. दहशतवादाचे उच्चाटन होईपर्यंत आणि ज्यांनी हे गैरकृत्य केलेले आहे, त्यांना धडा शिकवला जाईपर्यंत आमची लढाई सुरू राहील असे शाह म्हणाले.

शुक्रवारी दोन मे रोजी पंतप्रधान मोदी केरळ आणि आंध्र प्रदेशच्या दौऱ्यावर होते. केरळमध्ये अदानी समूहाने विकसित केलेले विझिंगम सागरी बंदर देशाला समर्पित करण्याच्या कार्यक्रमात त्यांची काँग्रेस नेते शशी थरूर यांच्याशी भेट झाली. 'ह्या भेटीने अनेकांची झोप उडेल' असे सूचक वक्तव्य पंतप्रधानांनी त्या कार्यक्रमात केरळचे मुख्यमंत्री पिनरई विजयन यांच्या उपस्थितीत केले. आंध्र प्रदेशची नवी राजधानी अमरावतीच्या ५८ हजार कोटींच्या नवनिर्माण प्रकल्पाचा शुभारंभही मोदींच्या हस्ते झाला. मात्र, पाकिस्तानबाबत पंतप्रधानांनी दोन्ही कार्यक्रमांत मौन पाळले.

अमेरिकेचे उपराष्ट्राध्यक्ष जे. डी. वान्स यांनी पाकिस्तानने भारताला पहलगाम हल्ल्याच्या

तपासात सहकार्य करावे अशी अपेक्षा व्यक्त केली. दोन्ही देशांतील संघर्ष व्यापक प्रादेशिक संघर्षात रूपांतरित होऊ नये अशी इच्छाही त्यांनी व्यक्त केली. मात्र, पाकिस्तानकडून नियंत्रण रेषेवरील गोळीबार सलग आठव्या दिवशीही सुरूच राहिला. पण भारताने दिलेल्या कडव्या प्रत्युत्तरामुळे पाकिस्तानला आपली नियंत्रण रेषेवरील दहशतवाद्यांची लाँचपॅड रिकामी करणे भाग पडले.

नियंत्रण रेषेवर परिस्थिती तणावपूर्ण असतानाच शनिवार तीन मे रोजी लष्कराने ८५ क्षेपणास्त्रांसाठी आणि ४८ लाँचर्ससाठी निविदा मागवल्याची तसेच भारताला हॉक आय ३६० तंत्रज्ञान विक्रीस अमेरिकेने मंजुरी दिल्याची बातमी आली. डिफेन्स रीसर्च अँड डेव्हलपमेंट ऑर्गनायझेशन म्हणजेच डीआरडीओने आपल्या स्ट्रॅटोस्फिअरिक एअरशीप प्लॅटफॉर्मची मध्य प्रदेशातील शेवपूर येथे यशस्वी चाचणी घेतली. त्यातच भारत सरकारने आपल्या शस्त्रास्त्रनिर्मिती कारखान्यांतील कर्मचाऱ्यांच्या दीर्घ रजा रद्द केल्याचीही बातमी आली आणि पाकिस्तानची झोप आणखीच उडाली. त्यातच जम्मू काश्मीरचे मुख्यमंत्री उमर उब्दुल्ला तीन मे रोजी पंतप्रधानांच्या भेटीस आले. नौदल प्रमुख ॲडमिरल दिनेश त्रिपाठीही पंतप्रधानांना भेटले. सैन्यदलप्रमुखांच्या भेटीचे हे सत्र पुढील काही दिवस मग सुरूच राहिले. दुसऱ्या दिवशी हवाई दल प्रमुख ए. पी. सिंग पंतप्रधानांच्या भेटीला आले.

अंगोलाचे राष्ट्राध्यक्ष जुआंव मान्युएल लॉरेन्सो भारतभेटीवर आले होते, ते पंतप्रधानांना भेटले आणि दहशतवादाविरुद्धच्या लढ्यास आपल्या देशाचा पाठिंबा व्यक्त केला.

तिकडे पाकिस्तानने तीन मे रोजी चारशे कि. मी. क्षमतेच्या सरफेस टू सरफेस 'अब्दाली' क्षेपणास्त्राची चाचणी घेतल्याचे जाहीर केले. दोन्ही देशांच्या नौदलांच्या कवायती स्वतंत्रपणे अरबी समुद्रात सुरूच होत्या. भारताने सिंधू जलकरार संस्थगित ठेवल्याच्या आणि केंद्रीय जलशक्ती मंत्र्यांनी पाकिस्तानात भारतातून एक थेंबही पाणी जाऊ न देण्याच्या दिलेल्या इशाऱ्याच्या पार्श्वभूमीवर, ''पाकिस्तानच्या वाट्याचे पाणी रोखणारे भारताचे कोणतेही बांधकाम उद्ध्वस्त करू'' अशी धमक पाकिस्तानचे संरक्षणमंत्री ख्वाजा आसिफ यांनी दिली. प्रत्युत्तरादाखल भारताच्या वाणिज्य व उद्योग मंत्रालयाने अधिसूचना जारी करून पाकिस्तानातून भारतात निर्यात होणाऱ्या सर्व वस्तूंच्या प्रत्यक्ष किंवा अप्रत्यक्ष आयातीवर बंदी घातली. पाकिस्तानी जहाजांना भारतीय बंदरांत प्रवेशबंदी जाहीर करण्यात आली. शिवाय पाकिस्तानातून येणारी पत्रे, पार्सले यांनाही बंदी घातली गेली. पाकिस्तानी नागरिकांचे चौदा प्रकारचे व्हिसा रद्द करणारे पाऊलही भारताने उचलले.

आंतरराष्ट्रीय जनमत आपल्या बाजूने वळवण्याच्या उद्देशाने, संभावितपणाचा आव आणून, बैसरान हल्ल्याच्या तटस्थ चौकशीस तयार असल्याचा पुनरूच्चार पाकिस्तानकडून करण्यात आला खरा, मात्र मुंबई आणि इतर दहशतवादी हल्ल्यांच्या अशा प्रकारच्या संयुक्त तपासाच्या विफलतेचा पूर्वानुभव असल्याने भारताने ती मागणी पुन्हा एकदा साफ

फेटाळून लावली.

हा दोन्ही देशांतील वाढता तणाव कमी करण्यासाठी उभयपक्षी विवाद सोडवा असे आवाहन रशियाने केले. भारत दहशतवाद्यांवर आणि त्यांना पोसणाऱ्या पाकिस्तानवर बैसरान हल्ल्याचा सूड कसा उगवणार हे जनतेला मात्र अजूनही अस्पष्टच होते. केवळ सिंधू जलकरार संस्थगित करूनच भारत गप्प बसणार का असा प्रश्न विरोधकांनी विचारायला सुरूवात केली होती. पण रविवारी चार मे रोजी संरक्षणमंत्री राजनाथसिंह यांनी दिल्लीत बकरवाल आनंदधाम आश्रमातील सनातन संस्कृती जागरण महोत्सवात बोलता बोलता एक 'बॉम्बगोळा' टाकला – ''देशाची जशी अपेक्षा आहे, तसेच घडणार!''

राजनाथसिंह यांनी वरील उद्गार काढले मात्र, टाळ्यांच्या प्रचंड कडकडाटाने सारे सभागृह दणाणून गेले. दूरचित्रवाणीवरून त्यांचे ते उद्गार पाहणाऱ्या कोट्यवधी भारतीयांना आता काही तरी निश्चित घडणार, बैसरानमधील हुतात्म्यांचे बलिदान व्यर्थ जाणार नाही, पाकिस्तानने काढलेली कुरापत ह्यावेळी दुर्लक्षिली जाणार नाही ही ठाम ग्वाही मिळाली.

दुसऱ्या दिवशी सोमवारी पाच मे रोजी केंद्रीय गृहमंत्रालयाने येत्या सात मे रोजी देशभरात युद्धकालीन कवायती घेतल्या जातील असे जाहीर केले. विमानहल्ल्याच्या पूर्वसूचनेचे भोंगे वाजवणे, संपूर्ण काळोख करणे, राष्ट्रीय महत्त्वाच्या प्रकल्पांचे कॅमोफ्लेजिंग करणे म्हणजे ते आच्छादनांखाली लपवणे, आपत्कालीन प्रसंगी नागरिकांना सुरक्षितस्थळी हलविण्याच्या आराखड्यांत आवश्यक त्या सुधारणा करणे आणि प्रत्यक्ष अंमलबजावणी करणे असा सविस्तर कृतिकार्यक्रमच केंद्र सरकारने राज्यांना आखून दिला. देशातील २४४ जिल्ह्यांमध्ये सात मे रोजी ह्या युद्धकालीन कवायती होतील असे सरकारने जाहीर केले. बांगलादेशची निर्मिती झाली त्या १९७१ भारत – पाकिस्तान युद्धानंतर प्रथमच ह्या कवायती घेतल्या जाणार असल्याने आता काहीतरी मोठे घडणार ह्या तर्कास परत एकदा बळकटी मिळाली.

दुसरीकडे भारताने चिनाब नदीचा पाकिस्तानात वाहणारा प्रवाह रोखला. आपल्या सलाल आणि बागलीहार धरणांची दारेही बंद केली. ह्या धरण प्रकल्पांची सफाई व गाळ उपसण्यासाठी हे करण्यात आल्याचे कारण सरकारने दिले, तरी त्यामुळे त्या नदीचा पाकिस्तानातील जलप्रवाह पूर्ण आटला. दोन्ही देशांतील तणाव एवढा वाढला की पाकिस्तानचे रशियातील राजदूत मुहम्मद खालीद जमाली यांनी भारताविरुद्ध अण्वस्त्रांचा वापर केला जाण्याची धमकी दिली.

खरोखरच दोन्ही देशांतील तणाव एव्हाना शिगेला पोहोचला होता. आपल्या सीमा सुरक्षा दलाने पूंछमध्ये नियंत्रण रेषेपलीकडील दहशतवाद्यांचा एक तळ उद्ध्वस्त केला आणि पुराव्यादाखल त्याचा व्हिडिओही जारी केला.

भारत आणि पाकिस्तानातील वाढत्या तणावाच्या पार्श्वभूमीवर पाच मे रोजी रशियाचे राष्ट्राध्यक्ष व्लादिमिर पुतीन यांनी पंतप्रधान मोदींना फोन केला. दहशतवादावर तडजोड नाही

ह्या भारताच्या भूमिकेला पुतीन यांनी पाठिंबा दर्शवल्याचे भारत सरकारने जाहीर केले. जपाननेही भारताला आपला पाठिंबा दर्शवला. संरक्षणमंत्री राजनाथसिंह यांची भारतभेटीवर आलेले जपानचे संरक्षणमंत्री मेजर जनरल नाकातानी यांच्याशी माणेकशॉ सेंटरमध्ये द्विपक्षीय भेट झाली. जपानचे दहशतवादाविरुद्ध भारताला पाठिंबा व सहकार्य असेल अशी ग्वाही नाकातानींनी दिली.

पाच मेच्या रात्री संयुक्त राष्ट्र सुरक्षा परिषदेची तातडीची बैठक बोलावण्यात आली होती. मात्र, त्यामध्ये भारताविरुद्ध अकांडतांडव करण्याचा पाकिस्तानचा प्रयत्न साफ फसला. सुरक्षा समितीने पाकिस्तानला पहलगाम हल्ल्यातील लष्कर ए तय्यबाच्या सहभागाबाबत विचारणा केली. पाकिस्तानमधील क्षेपणास्त्रचाचण्या आणि अणुहल्ल्याच्या धमक्यांबाबत तीव्र चिंता व्यक्त करण्यात आली. शिवाय पहलगाम हल्ल्याचा सर्व देशांकडून एकमुखाने निषेध झाला. त्यामुळे सद्यपरिस्थितीचे आंतरराष्ट्रीयीकरण करण्याचा पाकिस्तानचा प्रयत्न साफ फसला.

पाच मे हा जागतिक पर्यावरण दिन. पंतप्रधानांनी ह्या दिवशी आपल्या निवासस्थानी 'सिंदूर'चे रोपटे लावले. १९७१ च्या भारत – पाकिस्तान युद्धात अतुलनीय धाडस आणि देशभक्ती दाखवणाऱ्या कच्छ, गुजरातमधील माताभगिनींनी त्यांना हे रोपटे भेट दिलेले होते. 'सिंदूर' च्या ह्या रोपट्याचा संदर्भ तेव्हा देशाच्या लक्षात आला नाही, परंतु दुसऱ्याच दिवशी बैसरानमध्ये स्त्रियांचे सौभाग्य हिरावून घेणाऱ्यांविरुद्ध मोदींनीच नाव सुचवलेले 'ऑपरेशन सिंदूर' सुरू झाले तेव्हा हा धागा जुळला.

वास्तविक, सोमवार पाच मे रोजी आणखी दोन दिवसांनी म्हणजे सात तारखेला देशव्यापी युद्धसज्जतेच्या कवायती घेण्याची घोषणा केंद्र सरकारने केली असल्याने मंगळवारी सहा तारखेला काही आगळेवेगळे घडेल याची पाकिस्तानला सुतराम कल्पना नव्हती. त्यामुळे तो देश पूर्ण गाफील राहिला. त्या दिवशी पंतप्रधान मोदी कतारचे अमीर शेख तामीम बिन हसद अल थानी यांच्याशी फोनवर बोलले.

भारत पाकिस्तान तणाव कमी करण्यासाठी इराणचे विदेशमंत्री सय्यद अब्बास अरागची हे बुधवारी दुपारी भारतात येतील हा त्यांचा निरोप आपले विदेशमंत्री एस. जयशंकर यांना कळवण्यात आला.

पंतप्रधान मोदी त्या दिवशी एबीपी नेटवर्कच्या 'इंडिया ॲट २०४७' ह्या परिषदेस दिल्लीच्या भारत मंडपममध्ये उपस्थित होते. त्यात ते फक्त एवढेच म्हणाले, ''पूर्वी भारताच्या हक्काचे पाणी देखील सीमेपार वाहून जायचे. आता भारताचे पाणी केवळ भारताच्या हितासाठी वाहील, भारतात राहील आणि भारताला सेवा देईल.''

मोदी अगदी शांत होते. त्यांच्या देहबोलीमध्ये आता काही तासानंतर काहीतरी आगळेवेगळे व अभूतपूर्व घडणार आहे ह्याची तीळमात्रही अस्वस्थता दिसत नव्हती.

त्याच दिवशी नियंत्रण रेषेवरील गोळीबारासंदर्भात भारत आणि पाकिस्तानच्या डायरेक्टर जनरल ऑफ मिलिटरी ऑपरेशन्स म्हणजे डीजीएमओंचे एकमेकांशी बोलणे झाले, परंतु गोळीबार मात्र सुरूच राहिला. ह्या दिवशीची महत्त्वाची घडामोड म्हणजे भारतीय हवाई दल उद्यापासून पाकिस्तान सीमेवर मोठी कवायत करणार असल्याची 'नोटॅम' म्हणजे नोटीस टू एअरमन जारी करण्यात आली. बुधवारी सात मे संध्याकाळी साडे तीन वाजल्यापासून गुरुवारी आठ मे रोजी रात्री साडे नऊपर्यंत ही हवाई कवायत सुरू राहील असे पत्रकात नमूद करण्यात आले होते. मात्र, प्रत्यक्षात सहा मेच्या रात्री जे घडले ते वेगळेच...

युद्धसज्जतेची प्रात्यक्षिके चालली असताना.

५. अखेर न्याय झाला!

बुधवार, सात मे रोजी देशभरामध्ये युद्धसज्जतेच्या कवायती होतील असे भारत सरकारने घोषित केले होते. राज्याराज्यांत त्याची आधल्या दिवसापासून जोरदार तयारी चालली होती. विमानहल्ल्याची पूर्वसूचना देणारे भोंगे वाजतील, नागरिकांना स्वसंरक्षणाचे प्रशिक्षण दिले जाईल, रात्री संपूर्ण अंधार केला जाईल वगैरे वगैरे ह्या युद्धकालीन कवायतींच्या सविस्तर सूचना राज्य सरकारांना देण्यात आल्या होत्या. पण सात मेची पहाट मात्र एका वेगळ्याच बातमीने उगवायची होती!

मंगळवार, सहा मे ची मध्यरात्र उलटली आणि कॅलेंडरवर सात मे ही तारीख लागली आणि तासाभरातच एक अभूतपूर्व, अकल्पित गोष्ट घडायला सुरूवात झाली. बैसरानमधील दहशतवादी हल्ल्याचा सूड उगवणारी नव्हे, तर आजवर वर्षानुवर्षे भारतमातेच्या अंगावर घाव घालत आलेल्या सीमेपारच्या सैतानांना जन्माची अद्दल घडवणारी एक अभूतपूर्व, अकल्पित, आगळीवेगळी मोहीम सुरू झाली होती, जिचे नाव होते, 'ऑपरेशन सिंदूर!' सिंदूर म्हणजे कुंकू.

बैसरानच्या हल्ल्यामध्ये ज्या माताभगिनींचे कुंकू पुसले गेले होते, त्यांना न्याय देण्यासाठी आणि ज्यांच्या आदेशावरून ते पुसले गेले होते, त्या हैवानांच्या पाकिस्तानस्थित सूत्रधारांना धडा शिकवण्यासाठी भारतीय हवाई दलाची राफेल आणि इतर लढाऊ विमाने कामाला लागली होती.

रात्री ठीक एक वाजून पाच मिनिटांनी पाकव्याप्त काश्मीर आणि पाकिस्तानातील दहशतवाद्यांच्या अड्ड्यांवर भारताचे धडाकेबाज हल्ले सुरू झाले. केवळ दहशतवादी अड्ड्यांवर नव्हे, तर गेली कित्येक दशके भारतामध्ये दहशतवादाचे तांडव माजवणाऱ्या कुख्यात दहशतवादी संघटनांच्या मुख्यालयांवर दहशतवाद्यांच्या म्होरक्यांच्या कानठळ्या बसवणारे, प्रचंड अग्निलोळ उठवणारे दणदणीत स्फोटांमागून स्फोट होत राहिले.

ज्यांनी   भारतभूमीवर वर्षानुवर्षे रक्ताचा सडा पाडला होता, त्या नराधमांपैकी अनेकांच्या देहाच्या चिंधड्या उडाल्या. काही ढिगाऱ्यांखाली गाडले गेले, हजारो किलो स्फोटकांच्या त्या स्फोटांत इतरांची नावनिशाणीही राहिली नाही.

आजवर ज्यांचे नाव बातम्यांत सतत कानी पडत होते, संसदेवरील दहशतवादी हल्ल्यापासून मुंबईवरील हल्ल्यापर्यंत, उरीपासून पठाणकोट, पुलवामापर्यंत, भारतातील प्रत्येक दहशतवादी हल्ल्याचे धागेदोरे अखेरीस जेथवर जाऊन पोहोचत होते, ती कुख्यात दहशतवादी संघटनांची मुरिदकेपासून बहावलपूरपर्यंतची मुख्यालये भारतीय हवाई दलाने बघता बघता काही मिनिटांत एकामागून एक उद्ध्वस्त केली.

रात्री ठीक एक वाजून पाच मिनिटांस अब्बास, एक वाजून आठ मिनिटांस गुलपूर, एक वाजून सतरा मिनिटांस सवाई नाला, एक वाजून पंचवीस मिनिटांस सईदना बिलाल आणि बर्नाला हे दहशतवादी तळ उद्ध्वस्त झाले. जैश ए महंमदचे मुख्यालय मरकज सुभानअल्ला एक वाजून १२ मिनिटांस धुळीस मिळाले, तर लष्कर ए तय्यबाचे मुख्यालय एक वाजून १० मिनिटांस उद्ध्वस्त झाले. रात्री ठीक एक वाजून पाच मिनिटांनी सुरू झालेली भारताची ही कारवाई अवघ्या पंचवीस मिनिटांत रात्री ठीक दीड वाजता संपलीदेखील! पंचवीस वर्षांच्या सैतानी कृत्यांचा सूड अवघ्या पंचवीस मिनिटांत असा उगवला गेला होता. पंतप्रधानांनी इशारा दिल्याप्रमाणे खरोखरच 'कल्पनेच्या पलीकडील' शिक्षा दहशतवाद्यांना दिली गेली होती. असे काही घडू शकते, पाकिस्तानसारख्या आपल्या पाठीराख्या अण्वस्त्रसज्ज देशाची तमा न बाळगता भारत आंतरराष्ट्रीय सीमेपार घुसून पाकिस्तानचे हृदयस्थान मानल्या जाणाऱ्या पंजाबमधील बहावलपूरपर्यंत शंभर कि. मी. आत येऊन बॉम्बवर्षाव करू शकतो हे दहशतवाद्यांच्या ध्यानीमनीच काय, स्वप्नीदेखील नव्हते! नाही म्हणायला मोदी सरकारने ह्यापूर्वी दोनवेळा धाक दाखवला होता, परंतु ह्यावेळचे प्रत्युत्तर काही और होते!

१८ सप्टेंबर २०१६ रोजी काश्मीरच्या बारामुल्ला जिल्ह्यातील उरी येथील लष्कराच्या बाराव्या ब्रिगेडच्या मुख्यालयावर जैश ए महंमदच्या दहशतवाद्यांनी हल्ला केला होता. रात्रीच्या अंधारात नियंत्रणरेषेवरील तारेचे काटेरी कुंपण कापून 'जैश'चे चार दहशतवादी तेव्हा भारतात घुसले होते. रातोरात बारा कि. मी. चे अंतर पार करून पहाटे साडेपाचच्या सुमारास त्यांनी उरीतील लष्करी तळात घुसून पहिल्या तीन मिनिटांत सतरा हातबॉम्ब सर्वत्र फेकले. त्या रात्री बिहार आणि डोग्रा रेजिमेंटच्या तुकड्याही उरीच्या तळावर वस्तीला होत्या. साहजिकच सैनिकांची संख्या जास्त होती. दहशतवाद्यांनी ह्या जवानांचे तंबू पेटवून दिले. तेरा सैनिक त्यातच होरपळून मृत्युमुखी पडले. जवळजवळ पुढचे सहा तास चकमक चालली. चारही दहशतवाद्यांना कंठस्नान घालण्यात आले, परंतु तोवर एकोणिस जवानांना त्या भीषण दहशतवादी हल्ल्यात हौतात्म्य प्राप्त झाले.

मनोहर पर्रीकर हे तेव्हा संरक्षणमंत्री होते. लष्करप्रमुख होते दलबीरसिंग सुहाग. लष्कराचे काश्मीरचे कमांडर लेफ्टनंट जनरल सतीश दुआ यांनी नियंत्रणरेषा पार करून दहशतवाद्यांना धडा शिकवण्याची कल्पना मांडली. संरक्षणमंत्री पर्रीकरांनी ती उचलून धरली. पंतप्रधानांनीही हिरवा कंदील दर्शवला. हल्ल्यानंतर बरोबर अकराव्या दिवशी २८/२९ सप्टेंबर २०१६ च्या रात्री भारतीय लष्कराची चार विशेष पथके भारत – पाकिस्तान नियंत्रणरेषा पार करून रात्रीच्या गडद अंधारात पाकिस्तानव्याप्त काश्मीरमध्ये घुसली. पथकातील कमांडोंनी दहशतवाद्यांच्या तळावरच छापा मारून तेथील सर्वच्या सर्व दहशतवाद्यांचा खात्मा केला.

त्यानंतर पाकिस्तानस्थित दहशतवाद्यांना दुसरा हादरा बसला तो पुलवामा हल्ल्यानंतर. १४ फेब्रुवारी २०१९ रोजी केंद्रीय राखीव पोलीस दलाच्या ७८ वाहनांचा ताफा जम्मूहून श्रीनगरला चालला असताना स्फोटकांनी भरलेली एक व्हॅन येऊन सीआरपीएफच्या एका वाहनावर आदळली, ज्यात सीआरपीएफचे चाळीस जवान जागच्याजागी ठार झाले. त्यावेळीही संपूर्ण देशामध्ये संतापाची अशीच लाट उसळली होती. तेव्हा संरक्षणमंत्रिपदी होत्या निर्मला सीतारमण.

पुलवामा हल्ल्यानंतर बरोबर बाराव्या दिवशी २६ फेब्रुवारी २०१९ रोजी पहाटे तीन वाजून १२ मिनिटांनी भारतीय हवाई दलाच्या ग्वाल्हेरच्या तळावरून मिराज २००० लढाऊ विमाने निघाली. बघता बघता नियंत्रणरेषा पार करून ती पाकिस्तानच्या खैबर पख्तूनख्वामध्ये घुसली आणि बालाकोट ह्या दहशतवाद्यांच्या सर्वांत मोठ्या तळावर एक हजार किलोचा बॉम्ब टाकून माघारी फिरली. एकवीस मिनिटांत त्यांनी ती कामगिरी फत्ते केली. त्या मोहिमेचे नाव होते 'ऑपरेशन बंदर.' अभिनंदन वर्धमान हा आपला वैमानिक तेव्हा शत्रूच्या तावडीत सापडला, परंतु भारताच्या दबावामुळे लागलीच एक मार्च रोजी

त्याची रीतसर सुटका करणे पाकिस्तानला भाग पडले. बालाकोट हवाई हल्ला झाला, तेव्हा हवाई दल प्रमुख होते बी. एस. धनुआ. त्यांना पत्रकारांनी बालाकोटमध्ये किती दहशतवादी ठार झाले ती संख्या विचारली. त्यांनी उत्तर दिले, ''आमचे काम आम्हाला दिलेली किती लक्ष्ये आम्ही भेदली हे मोजणे आहे, किती मेले, किती वाचले हे बघणे नव्हे!''

उरी आणि बालाकोटच्या तुलनेत ह्यावेळची कारवाई अधिक व्यापक होती, अधिक आक्रमक होती आणि कमालीची धाडसी होती. ह्यावेळी केवळ पाकव्याप्त काश्मीरच नव्हे, तर थेट पाकिस्तानात घुसून दहशतवादी तळांनाच नव्हे, दहशतवादी संघटनांच्या मुख्यालयांनाच लक्ष्य करण्यात आले. पाकिस्तानचे हृदय मानल्या जाणाऱ्या पंजाब प्रांतापर्यंत आपली लढाऊ विमाने जाऊन धडकली. पाकिस्तानातून भारताविरुद्ध सतत षड्यंत्रे रचत आलेल्या जैश ए महंमद, लष्कर ए तय्यबा आणि हिज्बूल मुजाहिद्दीन ह्या तिन्ही दहशतवादी संघटनांना आणि त्यांच्या म्होरक्यांना आजन्म याद राहील असा धडा 'ऑपरेशन सिंदूर'ने शिकवला!

सहा/सात मे २०२५ च्या 'ऑपरेशन सिंदूर'च्या पहिल्याच रात्री पाकिस्तानव्याप्त काश्मीर आणि पाकिस्तानातील तीन भारतविरोधी दहशतवादी संघटनांची मुख्यालये आणि सहा दहशतवादी तळ मिळून एकूण नऊ ठिकाणांच्या भारतीय हवाई दलाने ठिकऱ्याठिकऱ्या उडवल्या.

पाकिस्तानच्या पंजाब प्रांतातील बहावलपूरमध्ये जैश ए महंमदचे मुख्यालय 'मरकज सुभानअल्ला' भारत – पाकिस्तान आंतरराष्ट्रीय सीमेपासून शंभर कि. मी. अंतरावर होते. 'मरकज' म्हणजे मुख्यालय. तो अरबी शब्द आहे. कंदाहार विमान अपहरणनाट्यावेळी सुटका झालेला कुख्यात दहशतवादी आणि जैश ए महंमदचा म्होरक्या मसुद अजहरचे हेच निवासस्थान. २०१९ मधील पुलवामा हल्ल्याचे नियोजन येथूनच झाले होते. येथे दहशतवाद्यांचे प्रशिक्षण, भरती व इंडोक्ट्रिनेशन केले जाई, म्हणजे दहशतवाद्यांच्या डोक्यात भारताविषयी विष भरले जाई. बड्या बड्या दहशतवाद्यांचा येथे वावर असे. जैश ए महंमदचा सध्याचा प्रमुख अब्दुल रौफ असगर, मौलाना अम्मार आणि मौलाना मसुद अजहरच्या कुटुंबाचे येथेच वास्तव्य होते. 'ऑपरेशन सिंदूर'खाली जैशच्या ह्या मुख्यालयावरच शक्तिशाली बॉम्ब टाकले गेले. त्या भव्य संकुलाचे तीन घुमट उडवून देण्यात आले.

लष्कर ए तय्यबाचे मुख्यालय 'मरकज तय्यबा' हे भारत – पाकिस्तान आंतरराष्ट्रीय सीमेपासून पंचवीस किलोमीटरवर मुरिदके येथे नागनल सहदान भागात होते. २००८ मधील २६ नोव्हेंबरच्या मुंबईवरील दहशतवादी हल्ल्यावेळी अजमल कसाब आणि त्याच्या इतर साथीदारांना येथेच सर्व प्रशिक्षण मिळाले होते. येथूनच त्या हल्ल्याचे हँडलर त्यांच्याशी बोलत होते, त्यांना काय करावे आणि काय करू नये ह्याच्या सूचना देत होते. वर्षाला

सुमारे एक हजार दहशतवादी येथे प्रशिक्षित केले जात. लष्कर ए तय्यबाचा म्होरक्या झाकीऊर रेहमान लखवीच्या सूचनेवरून डेव्हीड कोलमन हेडली आणि सध्या भारताच्या अटकेत असलेल्या तहव्वूर राणानेही ह्या 'मरकज'ला भेट दिलेली होती. अल कायदाचा सर्वेसर्वा ओसामा बिन लादेनच्या दहा दशलक्ष डॉलरच्या भरघोस देणगीतून उभा राहिलेल्या ह्या भव्य मरकजला आपल्या शूर वैमानिकांनी प्रचंड ताकदीचे बॉम्ब टाकून उद्ध्वस्त केले आणि त्या भव्य इमारतीच्या आतील दहशतवाद्यांच्या चिंधड्या उडवल्या. स्फोटाच्या आवाजांनी हादरलेले मुरिदकेचे नागरिक आपल्या डोळ्यांदेखत लष्कर ए तय्यबाचे मुख्यालय उद्ध्वस्त होताना अवाक होऊन बघत राहिले. आगीच्या प्रचंड ज्वाळांनी ती रात्र उजळून निघाली.

हिज्बुल मुजाहिद्दीन ही काश्मीरमध्ये दहशतवाद माजवणारी तिसरी संघटना. तिचे मुख्यालय मेहमूना जोया हे आंतरराष्ट्रीय सीमेपासून बारा किलोमीटरवर सियालकोट येथे मराला भागात होते. हिज्बुल मुजाहिद्दीनचा हा एक खूप मोठा दहशतवादी तळ होता. हिज्बुलच्या वरिष्ठ कमांडरांकडून दहशतवाद्यांना येथेच प्रशिक्षण दिले जाई. कमांडर महंमद इर्फान खान ऊर्फ इर्फान तांडा हा ह्या तळाचे काम पाही. पठाणकोट हवाई तळावरील दहशतवादी हल्ल्याचे नियोजन आणि निर्देशन येथूनच झाले होते. कठुआ – जम्मू विभागात या तळावरूनच दहशतवादी कारवाया चालत. येथे नेहमी पंचवीस तीस दहशतवादी भारतात घुसखोरी करण्याच्या तयारीत सज्ज असत. भारताचा तिसरा हल्ला हिज्बूल मुजाहिद्दीनच्या ह्या मुख्यालयावर झाला.

सियालकोटमधील सर्जलमध्ये आंतरराष्ट्रीय सीमेपासून सहा किलोमीटरवर हिज्बुल मुजाहिद्दीनचे एक प्रशिक्षणकेंद्र होते. एका प्राथमिक आरोग्य केंद्राच्या आडून तेथे दहशतवादी कारवाया चालत. हा तळ भारताच्या सांबा व कठुआ भागाच्या समोरील बाजूस होता. भारतात घुसखोरी करण्यासाठी भुयारे खोदणे, ड्रोनद्वारे शस्त्रास्त्रे व अमली पदार्थ पलीकडे पोहोचवणे ही कामे येथून केली जात. मार्च २०२५ मध्ये जम्मू काश्मीर पोलिसांच्या चार जवानांची हत्या करणाऱ्या दहशतवाद्यांना येथे प्रशिक्षण मिळाले होते. मेहमूना जोयाबरोबरच सर्जलचा हिज्बूल मुजाहिद्दीनचा हा तळही उद्ध्वस्त करण्यात आला.

ही चारही ठिकाणे थेट पाकिस्तानात घुसून उद्ध्वस्त केली गेली.

पाकिस्तानव्याप्त काश्मीरमधील पाच दहशतवादी तळांनाही 'ऑपरेशन सिंदूर' खाली लक्ष्य केले गेले. त्यामध्ये भिंबरमधील बर्नाला येथे नियंत्रणरेषेपासून नऊ किलोमीटरवर 'मरकज अहले हदीथ' हे लष्कर ए तय्यबाचे आयईडी प्रशिक्षणकेंद्र होते. येथे दहशतवाद्यांना एके ४७ सारख्या शस्त्रास्त्रांची हाताळणी कशी करायची, तसेच जंगलात स्वतःचा बचाव कसा करायचा ह्याचे प्रशिक्षणही दिले जात असे. ह्या तळावरूनच भारताच्या रियासी, पूंछ, राजौरी सेक्टरमध्ये घुसखोरी करण्यासाठी दहशतवादी पाठवले

जात. भिंबरचा हा तळ भारतीय हवाई दलाच्या हल्ल्यात मातीमोल झाला.

कोटलीतील अब्बास येथे नियंत्रणरेषेवरून तेरा किलोमीटरवर 'मरकज ए अब्बास'मध्ये लष्कर ए तय्यबा आपल्या आत्मघाती पथकांना प्रशिक्षण देत असे. 'मरकज सईदना हजरत अब्बास बिन अब्दुल मुतालिब' ह्या नावाच्या ह्या तळावर लष्कर ए तय्यबाचे फिदायीन म्हणजे आत्मघाती दहशतवादी तयार होत असत. हाफीज अब्दुल शकूर ऊर्फ कारी झर्रार हा कुख्यात दहशतवादी येथील प्रमुख होता. येथे एकावेळी पंधरा दहशतवाद्यांना प्रशिक्षण दिले जाई. भारतीय हवाई दलाने ह्या तळाची नावनिशाणीही काही मिनिटांत मिटवून टाकली.

कोटलीतल्या गुलपूरमध्ये नियंत्रणरेषेपासून तीस किलोमीटरवर 'मस्कर राहील शहीद' हा दहशतवाद्यांचा आणखी एक तळ होता. भारताच्या राजौरी, पूंछ भागात हल्ले चढवायचे नियोजन येथूनच होत असे. २० एप्रिल २०२३ रोजी पूंछमध्ये आणि ९ जून २०२४ रोजी रियासीमध्ये वैष्णोदेवीला निघालेल्या यात्रेकरूंच्या बसवरील दहशतवादी हल्ल्याची आखणी व प्रशिक्षण येथेच झाले होते. कोटलीतला हा तळही काही मिनिटांत साफ झाला

'मरकज सईदना बिलाल' हा पाकव्याप्त काश्मीरमधील लाल किल्ल्याच्या समोर असलेला जैश ए महंमदचा दहशतवादी तळ. 'जैश'च्या दहशतवाद्यांना शस्त्रे, स्फोटके आणि प्रशिक्षण पुरवणारा आणि भारतात घुसखोरी करण्याच्या प्रयत्नात असलेल्या दहशतवाद्यांसाठी विश्रांती स्थळ म्हणून वापरला जाणारा हा तळ देखील अवघ्या काही मिनिटांत शक्तिशाली बॉम्बद्वारे उडवून देण्यात आला. तेथे दहशतवाद्यांना शस्त्रे, स्फोटके आणि जंगलात बचाव कसा करावा ह्याचे प्रशिक्षण दिले जात असे. आशिक नेंगरू व इतर दहशतवादी येथे वावरत. पाकिस्तानी लष्कराचे एसएसजी कमांडो येथे दहशतवाद्यांना प्रशिक्षण देत.

मुझफ्फराबादेतील 'सवाई नाला' हा लष्कर ए तय्यबाचा एक प्रशिक्षण तळ. नियंत्रणरेषेपासून तीस किलोमीटरवर हा दहशतवादी तळ होता. त्याला 'बैतुल मुजाहिद्दीन' असेही म्हणत. हा दहशतवादी तळ मुझफ्फराबाद – नीलम खोरे रस्त्यावर छेलाबंदी पुलाजवळ होता. गेली जवळजवळ पंचवीस वर्षे ह्या तळावर दहशतवाद्यांना पाकिस्तानी लष्कराकडून प्रशिक्षण दिले जात असे. येथून उत्तर काश्मीरमध्ये दहशतवादी घुसवले जात. २० ऑक्टोबर २०२४ रोजी सोनमर्ग, २४ ऑक्टोबर २०२४ रोजी गुलमर्ग आणि २२ एप्रिल २०२५ च्या पहलगाम हल्ल्यातील दहशतवाद्यांना येथेच प्रशिक्षण दिले गेले होते. भारतीय हवाई दलाच्या बेधडक कारवाईत त्याचीही नावनिशाणी काही मिनिटांत पुसून टाकली गेली.

'ऑपरेशन सिंदूर' खाली अवघ्या पंचवीस मिनिटांत पाकिस्तानव्याप्त काश्मीरमधील पाच आणि खुद्द पाकिस्तानमधील चार मिळून एकूण नऊ दहशतवादी अड्डे कमालीच्या

अचूकतेने उद्ध्वस्त करण्यात आले. अचूकता एवढी की ठरवून दिलेल्या लक्ष्यांच्या आजूबाजूच्या नागरी इमारतींचा चिराही ढासळला नाही. विशेष म्हणजे ह्या सर्व हवाई हल्ल्यांचे व्हिडिओ व छायाचित्रांकित पुरावे भारतीय हवाई दलाने लागलीच सादर केले.

झालेल्या प्राणहानीबाबत पाकिस्तानने कितीही लपवाछपवी चालवली असली तरी शेकडो दहशतवादी ह्या कारवाईत ठार झाले ही माहिती नंतर उघड झाली.

लष्कर ए तय्यबा आणि जैश ए महंमदचे पाच बडे दहशतवादी ह्या कारवाईत मारले गेल्याचे नंतर १० मे रोजी जाहीर करण्यात आले. त्यामध्ये अबू जुंदाल ह्या नावाने ओळखला जाणारा मुदस्सर खादियान खास हा मुरिदकेच्या 'मरकज ए तय्यबा'चा प्रमुख, हाफीज महंमद जमील आणि महंमद युसूफ अजहर (उस्तादजी) हे जैश ए महंमदचा प्रमुख मसुद अजहरचे दोन मेहुणे आणि खालीद उर्फ अबू अकाशा आणि महंमद हसन खान ह्या पाच बड्या दहशतवाद्यांचा आणि त्यांच्या असंख्य हस्तकांचा 'ऑपरेशन सिंदूर'च्या पहिल्याच रात्री खात्मा झाला.

मुदस्सर खादियान खास हा लष्कर ए तय्यबाच्या मुरिदकेच्या मुख्यालयाचा सगळा कारभार पाही. लष्कर ए तय्यबाचा प्रमुख आणि मुंबईवरील दहशतवादी हल्ल्याचा सूत्रधार हाफीज महंमद सईद हा एकेकाळी तेथेच भारताला धमकावणारी आपली चिथावणीखोर भाषणे करायचा. भारतातील बड्या बड्या दहशतवादी हल्ल्यांचे नियोजन येथेच होई. लष्कर ए तय्यबाचा उपप्रमुख सैफुल्लाह खालीद कसुरी ह्याने ह्या मुदस्सरला आपला सुरक्षा प्रमुख म्हणून भरती करून घेतले होते. त्याआधी तो अल खिदमत कमिटीचा हाफीज अब्दुल रौफ याच्यासोबत काम करीत असे. हाफीज सईदचा जावई हाफीज खालीद वालीद ह्याच्याबरोबरही तो काम करायचा. लष्कर ए तय्यबाचे मुख्यालय हाफीज सईदने २०० एकरांच्या जागेत उभारले, तेव्हा तेथे दहशतवाद्यांसाठी राहण्याची सोय, प्रशिक्षणासाठी मोठे मैदान आदी सुविधा बनवण्यात आल्या होत्या. तेथेच दहशतवाद्यांना लष्करी प्रशिक्षण दिले जाई. त्या सगळ्याची व्यवस्था हा मुदस्सर खादियान खास बघत असे. भारताच्या हल्ल्यात त्याचा खात्मा झाला, तेव्हा त्याच्या अंत्यविधीवेळी पाकिस्तानी लष्कराने मानवंदना दिल्याचे पाहायला मिळाले. पाकिस्तानचे सेनाप्रमुख जनरल असीम मुनीर आणि पंजाब प्रांताच्या मुख्यमंत्री मरयम नवाझ यांनी त्याच्या शवपेटीवर वाहण्यासाठी पुष्पचक्रे पाठवली.

हाफीज महंमद जमील हा मौलाना मसुद अजहरचा मोठा मेहुणा. भारताच्या हल्ल्यात उद्ध्वस्त झालेल्या बहावलपूरमधील 'मरकज सुभानअल्ला'चा तो प्रमुख होता. जैश ए महंमदची निर्णयप्रक्रिया ठरवणाऱ्या 'शूरा' म्हणजे सर्वोच्च समितीचा तो सदस्य होता आणि मसुद अजहरचा अत्यंत विश्वासू गणला जाई. पाकिस्तानव्याप्त काश्मीरमध्ये जाऊन तो दहशतवाद्यांची भरती करीत असे. जैश ए महंमदसाठी पैशाची उभारणीही तो करी.

बहावलपूरचा हा तळ जैश ए महंमदने २००९ साली उभारला होता. साडेसहा एकरांत

तो पसरला होता. वरकरणी त्याचे नाव 'जामियाँ मरकज सुभानअल्ला' असे असले तरी तेथे दहशतवाद्यांचे प्रशिक्षण चाले. विशेष म्हणजे पाकिस्तानी लष्कराच्या ३१ कॉर्प्सच्या मुख्यालयापासून हा तळ केवळ आठ कि. मी. वर होता. भारतातील पठाणकोटपासून पुलवामापर्यंतच्या दहशतवादी हल्ल्यांचे नियोजन जेथून झाले तो हा तळ त्याचा प्रमुख हाफीज जमीलसह भारताच्या हवाई हल्ल्यात उद्ध्वस्त केला गेला.

महंमद युसूफ अजहर ऊर्फ उस्तादजी हा मसुद अजहरचा दुसरा मेहुणा. १९९९ मध्ये आयसी ८१४ विमान कंदाहारला ह्यानेच आपल्या हस्तकांकरवी पळवून नेले होते. तेव्हा अफगाणिस्तानमधील तालीबान राजवटीचे सहकार्य मिळवण्यात ह्याचाच पुढाकार होता. इंटरपोलच्या रेड कॉर्नर नोटीसवर त्याचे नाव २००० सालापासून होते, परंतु पाकिस्तानच्या आयएसआयने त्याला आपल्या पदराखाली सुरक्षित ठेवले होते. २०१९ मध्ये भारताने जेथे बॉम्ब टाकला, त्या बालाकोटच्या जैश ए महंमदच्या सर्वांत मोठ्या प्रशिक्षणतळाची जबाबदारी ह्याच्यावर होती. मात्र, तेव्हा तो तेथे नव्हता म्हणून बचावला होता. ह्यावेळी मात्र तो तसा सुदैवी ठरला नाही.

खुद्द मसुद अजहरचा भाऊ व जैश ए महंमदचा कमांडर अब्दुल रौफ अजहर हाही ह्या कारवाईत मारला गेल्याचा दुजोरा दोन दिवसांनी मिळाला. मसूद अजहरचे दहा कुटुंबीय ह्या हल्ल्यात मारले गेल्याचे नंतर उघडकीस आले. धाय मोकलून रडणाऱ्या मसूद अजहरने आपल्या कुटुंबीयांसमवेत आपल्यालाही स्वर्गात जाता आले नाही म्हणून छाती पिटली.

भारताच्या हल्ल्यात मारला गेलेला खालीद ऊर्फ अबू अकाशा हाही काश्मीरमधील अनेक दहशतवादी हल्ल्यांचा सूत्रधार होता. पूर्वी तो पेशावरहून काम पाही. अलीकडेच मुरिदकेच्या लष्कर ए तय्यबाच्या मुख्यालयात स्थलांतरित झाला होता. अफगाणिस्तानमधून लष्कर ए तय्यबासाठी शस्त्रास्त्रे आणण्याचे काम तोच पाही. फैसलाबादेत त्याच्या अंत्यविधीला पाकिस्तानी लष्कराचे वरिष्ठ अधिकारी आणि फैसलाबादचे उपायुक्त जातीने हजर होते. लष्कर ए तय्यबा व 'जमात उद दावा'चे वरिष्ठ म्होरके याह्या मुजाहिद, कारी याकूब शेख, अब्दुल रेहमान, खालीद वालीद, इंजिनिअर हॅरीस दार आणि अब्दुल रेहमान आबिद आर्दीबरोबर तो काम करायचा.

महंमद हसन खान हा जैश ए महंमदचा पाकिस्तानव्याप्त काश्मीरसाठीचा ऑपरेशनल कमांडर मुफ्ती असघर खान कश्मिरी ह्याचा मुलगा. पुलवामा हल्ला घडवणाऱ्या आशीक नेंगरू ह्याच्यासोबत तो काम करायचा. महंमद अदनान अली ऊर्फ डॉक्टर मुसादिक, अली कशीफ जान ऊर्फ उस्मान हैदर आणि महंमद यासीर ह्या दहशतवाद्यांशीही तो संबंधित होता. आपल्या बापासमवेत तो जैशच्या 'शूरा' म्हणजे सर्वोच्च निर्णय समितीच्या बैठकांना हजर असे. मरकज सईदना बिलालसारख्या दहशतवादी प्रशिक्षणतळांची जबाबदारी त्याच्याकडे होती. काश्मीरमध्ये घुसखोरी करविण्यापूर्वी दहशतवाद्यांना हे प्रशिक्षण दिले

जाई. भारतीय हवाई हल्ल्यांत त्याचीही राख झाली.

ठार झालेल्यांमध्ये, वॉल स्ट्रीट जर्नलचा पत्रकार डॅनियल पर्लची गळा चिरून क्रूर हत्या झाली होती त्या प्रकरणात सामील असलेला उमर शेख सईद आणि कंदाहार अपहरणनाट्यात सुटका झालेला मुश्ताक झरगार हेही मारले गेले हे नंतर समजले. आपल्या मुलाच्या हत्येस जबाबदार असलेल्याचा खात्मा भारताच्या कारवाईत झाला असताना, त्याच्या अंत्यसंस्कारास वरिष्ठ पाकिस्तानी लष्करी अधिकारी हजर राहिल्याचे पाहून डॅनियल पर्लचे वडील ज्यूड पर्ल संतप्त झाले. अब्दुल रौफ असगरच्या शासकीय इतमामातील अंत्यविधीबाबत त्यांनी 'एक्स' वर सवाल केला, ''तुम्ही नेमका कशाचा शोक करता आहात?'' डॅनियल पर्लचा गळा चिरणाऱ्या उमर शेखची सुटका कंदाहार विमान अपहरणनाट्यामुळे झाली व त्याला असगर हा कारणीभूत होता. ''अकरा सप्टेंबरच्या अमेरिकेवरील हल्ल्याचा एक सूत्रधार खालीद महंमद शेख हा पाकिस्तानी होता हे विसरू नका'' हेही डॅनियलचे वडील ज्यूड पर्ल यांनी जगाला बजावले.

डॅनियल पर्लचे जानेवारी २००२ मध्ये पाकिस्तानात कराचीत मुबारक अली गिलानीच्या मुलाखतीसाठी जाताना अपहरण झाले होते व नंतर त्याची गळा चिरून क्रूर हत्या झाली होती. अहमद उमर सईद शेख हा भारतात पकडला गेलेला ब्रिटीश - पाकिस्तानी जिहादी. सन २००० मध्ये त्याची तुरुंगातून सुटका झाली. त्यानेच डॅनियल पर्लला मुलाखतीच्या बहाण्याने नेले होते. नंतर डॅनियलची गळा चिरून हत्या झाली होती.

बैसरानमध्ये वैधव्य प्राप्त झालेल्या माताभगिनींना न्याय मिळवून देण्यासाठी थेट पाकिस्तानव्याप्त काश्मीर आणि पाकिस्तानमध्ये घुसून सर्व दहशतवादी संघटनांच्या मुख्यालयांनाच लक्ष्य करून भारताने एका अकल्पित, नव्या आक्रमक नीतीचीच जणू नांदी केली.

'ऑपरेशन सिंदूर'चे धमाके उडायला सुरूवात झाली तसा रात्री १.२८ वाजता भारतीय सैन्यदलांच्या अधिकृत 'एक्स' हँडलवर (एडीजीपीआय) एक सूचक संदेश प्रकटला - 'प्रहाराय सन्निहिताः जयाय प्रशिक्षितः' म्हणजे 'हल्ल्यासाठी सज्ज, विजयासाठी प्रशिक्षित!'

काही मिनिटांत संपूर्ण कारवाई पूर्ण होताच भारतीय सैन्यदलांच्या वतीने 'इंडियन आर्मी एडीजी-पीआय' ह्या हँडलवरून रात्री एक वाजून ५८ मिनिटांनी 'ऑपरेशन सिंदूर'च्या अत्यंत लक्षवेधी बोधचिन्हानिशी आणखी एक संदेश 'एक्स'वर आला - 'जस्टीस इज सर्व्हड्. जय हिंद!'

पंतप्रधान नरेंद्र मोदींनी बैसरानमध्ये वैधव्य प्राप्त झालेल्या माताभगिनींना आणि तमाम एकशे चाळीस कोटी देशवासीयांना दिलेले आश्वासन असे सत्यात उतरले होते. न्याय झाला होता!

६. काय केले आणि कशासाठी केले?

'ऑपरेशन सिंदूर'च्या पहिल्या पंचवीस मिनिटांत दहशतवाद्यांचे नऊ अड्डे उद्ध्वस्त करून आणि शेकडो दहशतवाद्यांना कंठस्नान घालून बैसरानचा न्याय झाला होता. पण संपूर्ण न्याय नक्कीच झाला नव्हता. त्यामुळे बुधवारी सात मे रोजी सकाळी पंतप्रधानांनी आपल्या मंत्रिमंडळाला ह्या कारवाईची माहिती देताना स्पष्ट केले, ''ही केवळ सुरूवात आहे...''

स्वातंत्र्यापासून आजतागायत भारताच्या वाटेमध्ये सदैव एकाहून एक पाशवी दहशतवादी कारवायांचे काटे पेरत आलेल्या पाकिस्तानसारख्या अण्वस्त्रसज्ज देशात घुसून, त्यांनी पोसलेल्या दहशतवादी संघटनांची मुख्यालये उद्ध्वस्त करणे ही काही साधी गोष्ट नव्हती. त्याचे परिणाम कितीही घातक होऊ शकले असते. त्यामुळे भारताने ही कारवाई का केली, कोणाविरुद्ध केली आणि किती संयमित प्रमाणात केली हे वास्तव जगासमोर तातडीने ठेवले जाणे आवश्यक होते.

भारताचे विदेश सचिव विक्रम मिस्री यांनी बुधवारी सात मे रोजीच संयुक्त राष्ट्र सुरक्षा समितीच्या सदस्य देशांच्या नवी दिल्लीतील तेरा राजदूतांना भारताच्या ह्या

कारवाईची सविस्तर माहिती दिली. संयुक्त राष्ट्र सुरक्षा परिषदेच्या ठराव क्र. १२६७ नुसार दहशतवादी म्हणून यादीत नावे असलेल्या आणि फायनान्शियल ॲक्शन टास्क फोर्स म्हणजेच एफएटीपीच्या यादीत दहशतवादी संघटना म्हणून नमूद असलेल्या पाकिस्तानस्थित दहशतवादी संघटनांविरुद्धची ही कारवाई असल्याचे आणि त्यात पाकिस्तानच्या लष्करी ठिकाणांना किंवा नागरी ठिकाणांना कोणताही हानी पोहोचवली गेलेली नसल्याचे विदेश सचिवांनी ह्यावेळी स्पष्ट केले.

संरक्षणमंत्री राजनाथसिंह यांनी बॉर्डर रोडस् ऑर्गनायझेशन (बीआरओ) च्या ६६ व्या स्थापनादिन कार्यक्रमात दिल्लीच्या माणेकशॉ सेंटरमध्ये बोलताना, 'ऑपरेशन सिंदूर' द्वारे भारताने आपल्या भूमीवरील हल्ल्याच्या प्रत्युत्तराचा आपला अधिकार बजावला असल्याचे दाखवून दिले. अचूकतेने, सावधगिरीने आणि संयमाने कृती करून भारतीय सैन्यदलांनी इतिहास रचल्याचे ते म्हणाले. 'ऑपरेशन सिंदूर'च्या ह्या कारवाईत कोणत्याही लष्करी अथवा नागरी ठिकाणांना हानी पोहोचवली गेली नसल्याचे त्यांनी प्रकर्षाने नमूद केले.

भारताच्या ह्या कारवाईचा उद्देश सांगताना राजनाथसिंह यांनी 'रामचरितमानस' मधील एका दोह्याचा दाखला दिला. हनुमानाने लंकेमध्ये अशोकवाटिकेत जे म्हटले, तेच राजनाथसिंहांनी उद्‌धृत केले. संरक्षणमंत्री म्हणाले –

''मित्रों, हमने हनुमानजी के आदर्श का पालन किया है । उन्होंने जो अशोकवाटिका उजाडते समय किया था –

'जिन्ह मोही मारा, तिन मोई मारे ।' हमने केवल उन्हींको मारा, जिन्होंने हमारे मासुमोंको मारा!''

''मी केवळ त्यांच्यावर हल्ला केला आहे, ज्याने माझ्यावर हल्ला चढवला!''

'ऑपरेशन सिंदूर' हे अत्यंत समर्पक नाव ह्या मोहिमेला स्वतः पंतप्रधान नरेंद्र मोदी यांनी सुचवले होते. इतकेच नव्हे तर ह्या मोहिमेची माहिती देशवासीयांना देण्यासाठी बुधवार सात मे रोजी जी पत्रकार परिषद बोलावण्यात आली, त्यांची सूत्रे स्वतः काश्मिरी पंडित असलेल्या विदेश सचिवांसमवेत दोन कर्तबगार महिला सैन्याधिकाऱ्यांच्या हाती देण्याचे आगळे औचित्यही सरकारने दाखवले. भारतीय हवाई दलाच्या विंग कमांडर व्योमिका सिंग आणि भारतीय लष्कराच्या कर्नल सोफिया कुरेशी ह्या दोघा कर्तबगार महिला अधिकाऱ्यांनी 'ऑपरेशन सिंदूर'ची माहिती जगाला दिली.

भारतीय लष्कराच्या कर्नल सोफिया कुरेशी यांनी बायोकेमिस्ट्रीमधील पदव्युत्तर पदवी प्राप्त केली असून १९९९ साली त्या वयाच्या सतराव्या वर्षी शॉर्ट सर्व्हीस कमिशन अंतर्गत लष्करात दाखल झाल्या होत्या. त्यांचे आजोबा देखील लष्करात होते व वडीलही लष्करात धर्मगुरू म्हणून काम करीत. २००६ मध्ये सोफिया यांनी काँगोमध्ये शांतीसेनेत योगदान दिले. मार्च २०१६ मध्ये 'फोर्स १८' ह्या जगातील सर्वांत मोठ्या गणल्या

जाणाऱ्या बहुराष्ट्रीय युद्धसरावांमध्ये त्यांनी चाळीस सदस्यीय भारतीय पथकाचे नेतृत्व केले होते. तसे करणाऱ्या त्या पहिल्या महिला अधिकारी ठरल्या होत्या. त्यांचे पती मेजर ताजुद्दिन कुरेशी हे मॅकेनाईज्ड इन्फंट्रीमध्ये अधिकारी आहेत, तर त्या स्वतः सिग्नल कॉर्प्सच्या अधिकारी आहेत. त्यांचा मुलगाही हवाई दलात प्रवेशाची तयारी करीत आहे.

विंग कमांडर व्योमिका सिंग यांच्या 'व्योमिका' ह्या नावाचा अर्थच मुळात 'आकाशाची कन्या' असा आहे. शालेय वयात आपल्या नावाचा हा अर्थ समजताच त्यांनी पाचवी – सहावीत असतानाच वैमानिक बनण्याचे ठरवले होते. १८ डिसेंबर २००४ रोजी त्या भारतीय हवाई दलात सामील झाल्या. त्यांनी २१ व्या शॉर्ट सर्व्हीस कमिशन अंतर्गत वैमानिकाचा अभ्यासक्रम पूर्ण केला. २०१७ साली त्या विंग कमांडर बनल्या. आजवर त्यांनी अडीच हजार तासांपेक्षा जास्त हवाई उड्डाणे केली आहेत. आव्हानात्मक भौगोलिक परिस्थितीत त्यांनी भारतीय हवाई दलाच्या चेतक आणि चिता ह्या हेलिकॉप्टरांचे सारथ्य केले आहे. त्यांच्या नेतृत्वाखाली अनेक बचावमोहिमा हाती घेण्यात आल्या होत्या. अरुणाचल प्रदेशमध्ये २०२० साली त्यांनी आपद्ग्रस्तांना हेलिकॉप्टरद्वारे मदत पोहोचवण्याच्या मोहिमेचे नेतृत्व केले होते. हिमालयातील माऊंट मणिरंगच्या गिर्यारोहण मोहिमेतही त्या सहभागी झाल्या होत्या.

उरीवरील दहशतवादी हल्ल्यानंतर जेव्हा सर्जिकल स्ट्राईक केले गेले, तेव्हा त्यांची माहिती तत्कालीन डायरेक्टर जनरल ऑफ मिलिटरी ऑपरेशन्स म्हणजेच डीजीएमओ लेफ्टनंट जनरल रणबीरसिंग यांनी पत्रकारांना दिली होती. पुलवामा हल्ल्यानंतर बालाकोटवर बॉम्ब टाकले गेले, तेव्हा त्याची माहिती तत्कालीन विदेश सचिव विजय गोखले यांनी पत्रकारांना दिली होती. 'ऑपरेशन सिंदूर' ची माहिती देण्यासाठी विदेश सचिव विक्रम मिस्री ह्या काश्मिरी पंडितांसमवेत व्योमिका आणि सोफिया ह्या दोघा कर्तृत्ववान महिला अधिकाऱ्यांची निवड करून सरकारने खरोखरच विशेष परिणाम साधला.

''आम्ही आधी भारतीय आहोत. नंतर हिंदू किंवा मुसलमान. सोफियाचा आपल्याला अभिमान आहे.'' असे कर्नल सोफिया यांचे वडील ताजमहंमद व आई हलिमा यांनी पत्रकारांना अभिमानाने सांगितले.

भारताची कारवाई ही 'फोकस्ड, मेजर्ड अँड नॉन – एस्कलेटरी' म्हणजेच लक्ष्यकेंद्रित, मोजूनमापून केलेली आणि तणाव वाढू न देणारी असल्याचे सात मेच्या पत्रकार परिषदेमध्ये विदेश सचिव विक्रम मिस्री यांनी प्रारंभीच स्पष्ट केले. भारताने कोणत्याही लष्करी ठिकाणांना लक्ष्य केलेले नाही हे सांगतानाच पाकिस्तानने भारतातील लष्करी ठिकाणांना लक्ष्य केले तर मात्र भारताकडून योग्य प्रत्युत्तर मिळेल असा इशाराही त्यांनी ह्यावेळी दिला.

बैसरान हल्ला हा लष्कर ए तय्यबाशी संबंधित पाकिस्तानी आणि पाकिस्तान प्रशिक्षित दहशतवाद्यांनीच केल्याचे विदेश सचिवांनी निदर्शनास आणले. जम्मू काश्मीरमध्ये परिस्थिती

सामान्य बनत चालल्यानेच दहशतवाद्यांकडून हा हल्ला झाल्याचे त्यांनी आवर्जून नमूद केले. गेल्या वर्षी काश्मीर खोऱ्यात विक्रमी संख्येने पर्यटक येऊन येऊन गेले होते. जम्मू आणि काश्मीर हा संघप्रदेश साधत असलेला विकास आणि प्रगती रोखण्यासाठीच हा दहशतवादी हल्ला झाल्याचे मिस्री म्हणाले. जम्मू काश्मीरमध्ये आणि देशामध्ये धार्मिक दंगे भडकावेत हाही उद्देश हल्ल्यामागे असल्याचे त्यांनी स्पष्ट केले.

ज्या 'द रेसिस्टन्स फ्रंट' किंवा 'टीआरएफ' नामक संघटनेने हल्ल्याची जबाबदारी स्वीकारली आहे, ती दुसरी तिसरी कोणी नसून, संयुक्त राष्ट्रसंघाने दहशतवादी संघटना म्हणून घोषित केलेल्या लष्कर ए तय्यबाचेच ते एक अंग असून गेल्या वर्षी मे आणि नोव्हेंबरमध्ये भारताने संयुक्त राष्ट्रसंघाच्या १२६७ निर्बंध समितीच्या देखरेख समितीपुढे टीआरएफविषयी आपल्या अर्धवार्षिक अहवालात माहिती दिलेली होती व ती संघटना कशी पाकिस्तानस्थित दहशतवादी गटांसाठी काम करीत आहे हे निदर्शनास आणले होते, असे विक्रम मिस्री म्हणाले. त्या आधी डिसेंबर २०२३ मध्येही भारताने टीआरएफच्या माध्यमातून लष्कर ए तय्यबा आणि जैश ए महंमद भारतात घातपाती कारवाया करीत असल्याचे निदर्शनास आणले होते याचीही त्यांनी आठवण करून दिली. पाकिस्तान हा जगभरातील दहशतवाद्यांसाठी स्वर्ग बनला असल्याचे त्यांनी सांगितले.

पाकिस्तान जगाची कशी दिशाभूल करीत आहे हे सांगताना मिस्री यांनी साजिद मीर ह्या दहशतवाद्याचे उदाहरण समोर ठेवले. पाकिस्तानने आधी तो मरण पावल्याचे जगाला सांगितले होते व आंतरराष्ट्रीय दबाव आल्यावर त्याला अटक करण्यात आली त्याचा दाखला मिस्री यांनी दिला. साजिद मीर हा लष्कर ए तय्यबाचा कमांडर. मुंबईवरील दहशतवादी हल्ल्याचा तो एक सूत्रधार. मुंबईतील ताज हॉटेलवरील हल्ल्यात सहा अमेरिकी नागरिक मारले गेले होते. त्या खटल्यात अमेरिकेच्या इलिनॉइसमधील न्यायालयाने ह्या साजिद मीरला दोषी धरले होते. २०२२ साली त्याला जागतिक दहशतवादी घोषित केले गेले होते, परंतु पाकिस्तानने त्याला शिक्षा देण्याऐवजी आधी तो मरण पावल्याचे जाहीर केले होते. मात्र फायनान्शियल ॲक्शन टास्क फोर्सने दहशतवादाविरुद्ध पावले उचलायला फर्मावताच पाकिस्तानने त्याला अटक केल्याचे जाहीर केले, त्याचा संदर्भ देत विदेश सचिवांनी पाकिस्तानला उघडे पाडले.

पहलगाम हल्ल्यातील दहशतवादी पाकिस्तानच्या संपर्कात होते, त्या हल्ल्याची जबाबदारी सुरूवातीला द रेसिस्टन्स फ्रंटने स्वीकारली व ती पोस्ट लष्कर ए तय्यबाने रीट्विट केली, तसेच प्रत्यक्षदर्शींनी तपासयंत्रणांना दिलेली माहिती हे सगळे पाहता हल्लेखोर आणि त्यांच्या पाठीराख्यांचे स्पष्ट चित्र तपासयंत्रणांपुढे उभे राहिले आहे असेही मिस्री यांनी सांगितले.

हल्ल्याला पंधरवडा उलटूनही पाकिस्तानने त्यांच्याविरुद्ध काहीही कारवाई न केल्याने आणि भारताच्या पाकिस्तानातील गुप्तचरांनी असे आणखी दहशतवादी हल्ले होऊ शकत असल्याचा इशारा दिल्याने त्यांना वेळीच धडा शिकवणे भारताला क्रमप्राप्त झाले असेही विदेश सचिवांनी सांगितले. भारताने आपला प्रत्युत्तराचा हक्क बजावला आणि अशा प्रकारचे सीमापारचे हल्ले रोखण्याचा आणि धाक बसवण्याचा प्रयत्न केला. ही कारवाई अत्यंत संयमित, न चिघळवणारी, मोजून मापून आणि जबाबदारीपूर्वक केलेली होती असेही त्यांनी वारंवार स्पष्ट केले.

संयुक्त राष्ट्र सुरक्षा समितीने बैसरान हल्ल्यानंतर २५ एप्रिलला जे निषेधाचे पत्रक काढले होते, त्यात सदर हल्ल्यात गुंतलेल्यांना व त्यांच्या पाठीराख्यांना धडा शिकवण्याची गरज व्यक्त केली होती, त्या अनुषंगाने भारताच्या ह्या कारवाईकडे पाहिले गेले पाहिजे असा युक्तिवादही विदेश सचिवांनी ह्यावेळी केला.

ह्याच पत्रकार परिषदेत भारतीय हवाई दलाच्या विंग कमांडर व्योमिका सिंग आणि लष्कराच्या कर्नल सोफिया कुरेशी यांनी जणू बैसरानमध्ये वैधव्य पत्कराव्या लागलेल्या आपल्या भगिनींच्या वतीने भारतीय सैन्यदलांनी सीमेपार उगवलेल्या सूडाची माहिती जगासमोर ठेवली.

पाकिस्तानात मागील तीन दशकांपासून दहशतवाद्यांनी संसाधने निर्माण केलेली आहेत. त्यामध्ये दहशतवाद्यांची भरती, इंडॉक्ट्रिनेशन सेंटर्स, प्रशिक्षणकेंद्रे आणि लॉंचपॅड यांचा समावेश आहे, जी पाकिस्तानात व पाकव्याप्त काश्मीरमध्ये पसरली आहेत याचे स्मरण कर्नल सोफिया कुरेशी यांनी करून दिले.

उत्तरेतील सवाई नालापासून दक्षिणेत बहावलपूरपर्यंत दहशतवाद्यांचे असे २१ तळ असल्याची माहिती ह्यावेळी विंग कमांडर व्योमिका सिंग यांनी नावांनिशी दिली आणि त्यापैकी नऊ दहशतवादी तळ उद्ध्वस्त करण्यात आल्याचे त्यांनी सांगितले. ह्या ठिकाणांची निवड गुप्तचरांकडून मिळालेल्या विश्वसनीय माहितीच्या आधारे केली गेली व निर्दोष नागरिकांचे कोणतेही नुकसान होऊ नये याची पुरेपूर काळजी घेतली गेल्याचे त्यांनी ह्यावेळी सांगितले.

विशेष म्हणजे ह्या पत्रकार परिषदेमध्ये ह्या प्रत्येक हल्ल्याची चित्रफीत पुराव्यादाखल दाखवण्यात आली. सर्जिकल स्ट्राईक आणि बालाकोट कारवाईसंदर्भात विरोधकांनी पुरावे मागून मागून सैन्यदलांच्या त्या पराक्रमावरच शंका उपस्थित केली होती, त्याची पुनरावृत्ती होऊ नये ह्याची पूर्ण खबरदारी ह्यावेळी सैन्यदलांनी आणि सरकारने घेतल्याचे दिसले.

ह्या सर्व दहशतवादी तळांना लक्ष्य करीत असताना पाकिस्तानच्या लष्करी तळांना किंवा नागरिकांना कोणतीही हानी पोहोचवली गेली नसल्याचा पुनरुच्चार पत्रकार परिषदेत करण्यात आला. शस्त्रास्त्रांची निवडही अत्यंत काळजीपूर्वक व इतरांना तीळमात्र हानी

पोहोचू नये ह्या दृष्टीने करण्यात आली होती हेही ह्यावेळी स्पष्ट करण्यात आले. केवळ एकेक विशिष्ट इमारत किंवा इमारतींचे संकुल ह्या कारवाईत लक्ष्य करण्यात आले होते असेही पत्रकार परिषदेत स्पष्ट करण्यात आले.

पाकिस्तानाच्या पदराआड लपून भारतामध्ये सतत दहशतवादाचे थैमान मांडणाऱ्यांना त्यांच्या घरात घुसून जन्माची अद्दल घडवणारा तडाखा भारताने ६/७ मेच्या रात्री दिला होता खरा, पण आता पाकिस्तान स्वस्थ बसणार नव्हता. ही केवळ दहशतवाद्यांविरुद्धची कारवाई आहे, पाकिस्तानी लष्करी ठाणी हे आपले लक्ष्य नाही हे भारताने पुरेपूर स्पष्ट करूनही पाकिस्तानने दहशतवाद्यांवरील हल्ले म्हणजे आपल्यावरील हल्ले मानले आणि प्रत्युत्तराची तयारी सुरू केली...

पुन्हा बुधवार सात मेच्या रात्री काहीतरी घडणार होते...

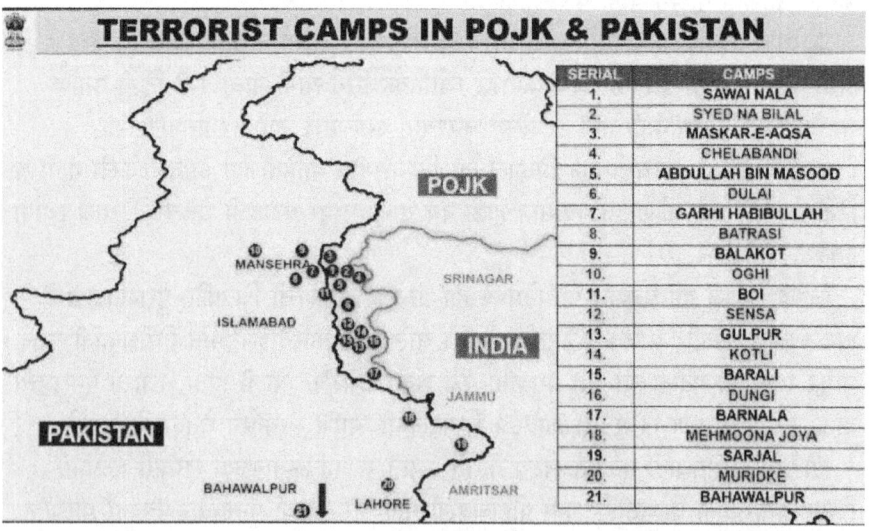

SERIAL	CAMPS
1.	SAWAI NALA
2.	SYED NA BILAL
3.	MASKAR-E-AQSA
4.	CHELABANDI
5.	ABDULLAH BIN MASOOD
6.	DULAI
7.	GARHI HABIBULLAH
8.	BATRASI
9.	BALAKOT
10.	OGHI
11.	BOI
12.	SENSA
13.	GULPUR
14.	KOTLI
15.	BARALI
16.	DUNGI
17.	BARNALA
18.	MEHMOONA JOYA
19.	SARJAL
20.	MURIDKE
21.	BAHAWALPUR

२१ दहशतवादी अड्ड्यांची भारताला माहिती होती, पण नऊ तळ लक्ष्य केले गेले.

ऑपरेशन सिंदूरचे प्रतीक बनलेल्या दोन भारतीय रणरागिणी. लष्कराच्या कर्नल सोफिया कुरेशी आणि भारतीय हवाई दलाच्या विंग कमांडर व्योमिका सिंग यांनी ह्या भारताच्या मोहिमेची माहिती जगाला दिली.

७. पाकिस्तानचा प्रतिहल्ल्याचा प्रयत्न

सात मेच्या रात्री खरोखरच पाकिस्तानच्या प्रतिहल्ल्यास सुरूवात झाली. ड्रोनच्या लाटांमागून लाटा भारताच्या दिशेने यायला सुरूवात झाली. भरीस भर म्हणून क्षेपणास्त्रांचा माराही सुरू झाला. केवळ लष्करीच नव्हे, तर नागरी भागांवरही हल्ल्याचा पाकिस्तानचा प्रयत्न स्पष्ट दिसू लागला. मात्र, भारताच्या अत्यंत सक्षम अशा एकात्मिक हवाई संरक्षण प्रणालीकडून हा हल्ला ठिकठिकाणी निष्प्रभ करण्यात मुळीच कसूर झाली नाही. जम्मूमधील सातवारी, सांबा, आर. एस. पुरा, अर्णिया विभागांत, जम्मू आणि पठाणकोटच्या लष्करी तळांवर, तसेच श्रीनगर, अवंतीपुराच नव्हे, तर अमृतसर, कपुरथळा, जालंधर, लुधियाणा, आदमपूर, भठिंडा, चंडिगढ, नाल, फलौदी, उत्तरलाई आणि भूजपर्यंत पाकिस्तानने ड्रोन आणि क्षेपणास्त्रांचा मारा चालवला. म्हणजेच काश्मीरपासून पार राजस्थान आणि गुजरातपर्यंतच पाकिस्तानने हे हल्ले चढवले.

शाहपार – २, बराक, सीएच ४, चिनी बनावटीची पीएल १५, विंगलिंग २, तुर्कियेने पुरवलेली यिहा यूएव्ही, बायरक्तार टीबी २ अशा विविध शस्त्रास्त्रांनी

पाकिस्तानने भारतावर हल्ले चढवण्याचा आटोकाट प्रयत्न केला.

पाकिस्तानने चालवलेला ड्रोन आणि क्षेपणास्त्रांचा मारा निष्प्रभ करताना भारतानेही मग प्रतिहल्ल्यास प्रारंभ केला. १९७१ च्या युद्धानंतर प्रथमच भारताने पाकिस्तानच्या पंजाब प्रांतावर बॉम्ब आणि क्षेपणास्त्रे टाकली. दुसऱ्या दिवशी आठ मेच्या पत्रकार परिषदेत त्यासंदर्भात सविस्तर माहिती देण्यात आली.

आठ मेच्या पत्रकार परिषदेची सुरूवातही विदेश सचिव विक्रम मिस्री यांनीच केली. त्यांनी तीन महत्त्वाच्या गोष्टींकडे जगाचे लक्ष वेधले.

१. २२ एप्रिलचा पहलगामचा दहशतवादी हल्ला हे भारतीय फौजेच्या दहशतवाद्यांविरुद्धच्या कारवाईचे कारण होते. मूळ 'एस्कलेशन' तेथे झाले होते.

२. 'द रेसिस्टन्स फ्रंट' ही संघटना त्या हल्ल्यामागे होती, जिचे पाकिस्तानस्थित 'लष्कर ए तय्यबा'शी संबंध जगजाहीर आहेत. टीआरएफने ह्या हल्ल्याची जबाबदारी २२ आणि २३ एप्रिलला अशी दोनवेळा स्वीकारली, परंतु नंतर घटनेचे गांभीर्य लक्षात आल्यानंतर त्यांनी त्यापासून अंग झाडले. मात्र, तोवर टीआरएफचे ट्वीट लष्कर ए तय्यबाच्या हँडलवरून रीट्वीट करण्यात आलेले होते. बैसरान हल्ल्यानंतर संयुक्त राष्ट्र सुरक्षा समितीच्या त्या घटनेचा निषेध करणाऱ्या निवेदनामध्ये टीआरएफचा उल्लेख करायला पाकिस्तानने विरोध केला आहे.

३. भारताची कारवाई ही 'नॉन एस्केलेटरी', नेमकी, सटीक, मोजूनमापून आणि विचारपूर्वक केलेली आहे.

पाकिस्तान हे जागतिक दहशतवादाचे केंद्र आहे हे सांगायलाही विदेश सचिव श्री. मिस्री विसरले नाहीत. संयुक्त राष्ट्रांनी दहशतवादी घोषित केलेल्या लष्कर ए तय्यबा, जैश ए महंमदसारख्या अनेक संघटना आणि त्यांचे मसूद अजहर आणि हाफीज सईदसारखे नेते पाकिस्तानात राहतात व पाकिस्तानचे संरक्षणमंत्री आणि विदेशमंत्री यांनी अलीकडेच पाकिस्तानचे अशा संघटनांशी काय संबंध आहेत ते कबूल केलेले आहेत, ह्याकडेही त्यांनी लक्ष वेधले.

मुंबईवरील दहशतवादी हल्ल्यावेळी एक दहशतवादी जिवंत पकडला गेला होता. तेव्हा आणि त्यानंतरच्या पठाणकोटवरील हल्ल्यानंतरही भारताने सर्व पुरावे पाकिस्तानला दिले होते, तेव्हा दोन्ही देशांचे संयुक्त तपास पथक स्थापन केले गेले होते. पाकिस्तानी पथकाला सर्व कॉल रेकॉर्ड डेटा, डीएनए वगैरे सर्व दिले गेले होते, पण त्यावर पुढे काहीही कारवाई केली गेली नाही, उलट त्या पुराव्यांचा वापर त्यांनी त्या दहशतवाद्यांचा माग काढता येऊ नये यासाठी व तपासकामात अडथळे निर्माण करण्यासाठी केला याचेही त्यांनी स्मरण करून दिले.

भारताच्या कारवाईत दहशतवादी तळांवर मारल्या गेलेल्या दहशतवाद्यांच्या शवपेट्या

पाकिस्तानी राष्ट्रध्वजात का गुंडाळल्या गेल्या आणि शासकीय इतमामात त्यांचा अंत्यविधी का झाला असा सवालही मिस्री यांनी उपस्थित केला. दहशतवाद्यांचा शासकीय इतमामात अंत्यविधी करण्याची पाकिस्तानात कदाचित रीत असावी असा टोलाही त्यांनी हाणला. भारताने धार्मिक स्थळांना लक्ष्य केल्याचा आरोपही त्यांनी फेटाळून लावला. उलट पाकिस्तानने पूंछमधील गुरूद्वारा आणि शीख समुदायाच्या घरांना लक्ष्य केल्याचे त्यांनी निदर्शनास आणले.

खरोखरच पाकिस्तानने भारतातील धार्मिक स्थळे आणि शाळांनाही निशाणा बनवले होते. कार्मेलाईटस् ऑफ मेरी इमॅक्युलेटच्या ख्राईस्ट स्कूलला पाकिस्तानने सात मेच्या रात्री लक्ष्य केले होते. पाकिस्तानने केलेल्या गोळीबारात त्या शाळेची दोन मुले तसेच पालक मारले गेले. काँग्रीगेशन ऑफ द मदर ऑफ कार्मेलच्या नन्स कॉन्व्हेंटवरही पाकिस्तानचा तोफगोळा पडला होता.

(आठ मेच्या रात्री पाकिस्तानने अमृतसरचे सुवर्णमंदिर लक्ष्य करण्याचा प्रयत्न केला होता, असे काही दिवसांनी सोमवार दि. १९ मे रोजी भारतीय हवाई दलाचे हवाई संरक्षण प्रणालीचे प्रमुख लेफ्टनंट जनरल समर इव्हान डिकुन्हा आणि लष्कराच्या पहिल्या इन्फंट्री डिव्हिजनचे जनरल ऑफिसर कमांडिंग मेजर जनरल कार्तिक सी. शेषाद्री यांनी उघड केले.)

पाकिस्तानच्या लष्करप्रमुखांचे १६ एप्रिल २०२५ चे प्रक्षोभक भाषण व पहलगाम हल्ल्यात धर्म विचारून झालेल्या हत्या यांचा संबंधही मिस्री यांनी पत्रकार परिषदेत उलगडून दाखवला. पाकव्याप्त काश्मीरमधील नीलम झेलम धरण भारताने लक्ष्य केल्याचा आरोपही त्यांनी फेटाळून लावला. भारताने संस्थगित केलेल्या सिंधू जलकरारासंबंधी फेरविचाराची गरज का आहे हेही मिस्री यांनी विस्ताराने सांगितले. पन्नास व साठच्या दशकातील अभियांत्रिकी तंत्रज्ञानावर आधारित असा तो करार असून त्याचा फेरविचार झाला पाहिजे ही मागणी भारत सातत्याने पाकिस्तानसमोर ठेवत आला होता ह्याकडे त्यांनी लक्ष वेधले.

पाकिस्तानने उत्तर आणि पश्चिम भारतातील अनेक लष्करी ठिकाणांना ड्रोन आणि क्षेपणास्त्रांद्वारे लक्ष्य करण्याचा प्रयत्न केल्याचे आठ मेच्या त्या पत्रकार परिषदेत स्पष्ट करण्यात आले. पाकिस्तानचा हा हल्ला इंटिग्रेटेड काऊंटर यूएएस ग्रीड आणि हवाई संरक्षण प्रणालीने निष्फळ ठरवला. त्यात निकामी झालेल्या पाकिस्तानच्या क्षेपणास्त्रांचे आणि ड्रोनचे अवशेष ठिकठिकाणी आढळून आले असून पाकिस्तानच्या हल्ल्याचा तो पुरावा आहे असेही पत्रकार परिषदेत स्पष्ट करण्यात आले.

खरोखरच भारताचे सुदर्शनचक्र गणल्या जाणाऱ्या, रशियाकडून मिळवलेल्या एस – ४०० ट्रायम्फ हवाई संरक्षण प्रणालीने, तसेच 'आकाशतीर' ह्या सरफेस टू मिसाईल (एसएएम) आणि इतर विविध स्वदेशी बनावटीच्या ड्रोन व क्षेपणास्त्रविरोधी प्रणालींनी परस्पर

समन्वयाने पाकिस्तानचा हल्ला कमालीच्या यशस्वीततेने परतवून लावला होता. पाकिस्तान मात्र भारताची सहा विमाने पाडल्याचा दावा करीत राहिला. अफवा पसरवीत राहिला.

पाकिस्तानने हल्ल्याची आगळीक केल्याने प्रत्युत्तरादाखल भारतीय सैन्यदलांनी पाकिस्तानातील काही तळांवरील एअर डिफेन्स रडारना आणि प्रणालींना लक्ष्य करून त्या निकामी केल्या. सात मेच्या रात्री लाहोरची हवाई संरक्षण प्रणाली निकामी झाल्याची माहिती मिळाली असल्याचेही पत्रकार परिषदेत जाहीर करण्यात आले.

पाकिस्तानने नियंत्रण रेषेवर तोफगोळ्यांचा मारा वाढवला. कुपवाडा, बारामुल्ला, उरी, पूंछ, मेंढर आणि राजौरी सेक्टरमध्ये नियंत्रण रेषा धगधगू लागली. ह्या सीमावर्ती भागातील सोळा निरपराध नागरिक पाकिस्तानच्या गोळीबारात त्या रात्री बळी पडले. त्यात तीन महिला आणि पाच मुलांचा समावेश होता. पाकिस्तानचा हा गोळीबार थांबवण्यासाठी भारतानेही कडवे प्रत्युत्तर देत नियंत्रण रेषेवरील पाकिस्तानी ठाणी आणि दहशतवाद्यांचे तळ उद्ध्वस्त करण्याचा सपाटा लावला.

लष्कराने जाहीर केले – ''इंडियन रिस्पॉन्स हॅज बीन इन द सेम डोमेन विथ सेम इन्टॅन्सिटी ॲज पाकिस्तान.'' भारताचे प्रत्युत्तर पाकिस्तानएवढ्याच तीव्रतेचे आहे.

भारताने आधल्या रात्री पाकिस्तानातील दहशतवादी अड्ड्यांवर चढवलेल्या हल्ल्यात शंभरहून अधिक दहशतवादी ठार झाले असल्याची पुष्टी संरक्षणमंत्री राजनाथसिंह यांनी केली. त्यांनी जाहीर केले. ''इंटेंट अँड ऑब्जेक्टिव्हज् ऑफ द गव्हर्न्मेंट हॅव बीन अचीव्हड्. गव्हर्नमेंट हॅज नो इंटरेस्ट इन एस्कलेटिंग द सिच्युएशन.'' सरकारचा हेतू आणि उद्दिष्ट्य साध्य झालेले आहे. सरकारला परिस्थिती चिघळवण्यात काहीही स्वारस्य नाही.

राजनाथसिंह यांचे नॅशनल क्वालिटी कॉन्क्लेव्हमध्ये भाषण होते. तेथे त्यांनी भारतीय सैन्यदलांच्या गुणवत्तेचे कौतुक केले. आपल्या व्यावसायिकदृष्ट्या प्रशिक्षित फौजेपाशी उच्च प्रतीची शस्त्रास्त्रे असल्यामुळे 'ऑपरेशन सिंदूर'ची यशस्वी कार्यवाही होऊ शकल्याचे ते म्हणाले. भारताने नेहमीच एक जबाबदार देश म्हणून भूमिका बजावली आहे, पण कोणी जर त्याच्या संयमाची परीक्षा पाहणार असेल, तर त्यांना अशाच गुणवत्तापूर्ण कारवाईला तोंड द्यावे लागेल. भारताच्या सार्वभौमत्वाच्या संरक्षणामध्ये कोणतीही मर्यादा अडथळा बनणार नाही आणि भविष्यातील जबाबदार प्रत्युत्तरासाठी भारत सुसज्ज असल्याचेही संरक्षणमंत्र्यांनी बजावले.

ऑपरेशन सिंदूरसंदर्भात संरक्षण मंत्रालयाने आपल्या पत्रकात आवर्जून नमूद केले – ''इंडियन आर्म्ड फोर्सेस रीइटिरेट देअर कमिटमेंट टू नॉन – एस्कलेशन प्रोव्हायडेड इट इज रिस्पेक्टेड बाय द पाकिस्तानी मिलिटरी.''

खरे तर भारत अगदी सुरूवातीपासूनच सांगत आला होता की आपली कारवाई ही केवळ दहशतवाद्यांविरुद्ध आहे. परंतु तरीही पाकिस्तानने उघडपणे त्यांच्या वतीने प्रत्युत्तर

देण्याचा प्रयत्न केला. त्यामुळे भारतालाही खमके उत्तर देणे भाग पडले.

हा संघर्ष प्रत्यक्ष युद्धात रूपांतरित होण्याची दाट शक्यता लक्षात घेऊन पंतप्रधान नरेंद्र मोदी यांनी स्वतः सर्व मंत्रालयांच्या सचिवांची तातडीची उच्चस्तरीय बैठक घेतली. यदाकदाचित युद्धपरिस्थिती उद्भवली तर जनतेला जीवनावश्यक बाबींच्या पुरवठ्यात कोणताही व्यत्यय येऊ नये यासाठी सर्व मंत्रालयांमध्ये समन्वय राहावा अशा सूचना पंतप्रधानांनी दिल्या. सर्व खात्यांच्या सचिवांनी आपापल्या मंत्रालयाच्या जबाबदाऱ्यांचा आढावा घ्यावा आणि जीवनावश्यक बाबी, आपत्कालीन प्रतिसाद आणि अंतर्गत संपर्कव्यवस्था व्यवस्थित सुरू राहतील हे पाहावे, असे निर्देश पंतप्रधानांनी दिले.

केंद्रीय आरोग्यमंत्री जगत्प्रकाश नड्डा यांनी आरोग्यविषयक आपत्कालीन सज्जतेचा आढावा घेण्यासाठी उच्चस्तरीय बैठक घेतली. देशभरात कोणती सज्जता ठेवली पाहिजे त्यासंबंधी त्यांनी सूचना दिल्या.

देशात जीवनावश्यक वस्तूंचा पुरेसा साठा असून कोणत्याही वस्तूची कमतरता भासणार नसल्याची ग्वाही केंद्रीय अन्न व ग्राहक व्यवहारमंत्री प्रल्हाद जोशी यांनी दिली.

संरक्षणमंत्री राजनाथसिंह यांनी सर्वपक्षीय बैठकीस संबोधित केले. मात्र, सदर बैठकीस पंतप्रधान उपस्थित नसल्याबद्दल काँग्रेस अध्यक्ष मल्लिकार्जुन खर्गे यांनी नाराजीचा सूर लावलाच.

तिकडे पाकिस्तानात नऊ दहशतवादी तळांवरील हल्ल्यांत मारल्या गेलेल्या दहशतवाद्यांचा अंत्यविधी पूर्ण शासकीय इतमामात चालला होता. मुरिदकेमध्ये तर मारल्या गेलेल्या दहशतवाद्यांच्या अंत्यविधीवेळी आयोजित प्रार्थनासभेचे नेतृत्व लष्कर ए तय्यबाचा कुख्यात दहशतवादी हाफीज अब्दुर रौफ हा करीत असल्याचे आणि शवपेट्यांवर घालण्यासाठी पाकिस्तानचे लष्करप्रमुख असीम मुनीर यांनी पुष्पचक्रे पाठवल्याचे अवघ्या जगाने पाहिले. हाफीझला अमेरिकेने २४ नोव्हेंबर २०१० रोजी दहशतवादी घोषित केले होते. फलाह ए इन्सानियत फाऊंडेशनच्या नावाखाली लष्कर ए तय्यबासाठी हा काम करीत असे.

विदेश मंत्रालयाच्या पत्रकार परिषदेत भारताचे विदेश सचिव विक्रम मिस्री यांनी दहशतवाद्यांच्या प्रार्थनासभेचे नेतृत्व हा हाफीज अब्दुल रौफ करीत असल्याचे छायाचित्रच पत्रकारांना दाखवले.

विदेश सचिव मिस्री यांनी आणखी एका गोष्टीकडे जगाचे लक्ष वेधले. पाकिस्तान एकीकडे भारतावर ड्रोन व क्षेपणास्त्र हल्ले चढवताना दुसरीकडे त्यांनी आपली व्यावसायिक विमानसेवा मात्र सुरूच ठेवलेली असून ते आंतरराष्ट्रीय विमान प्रवाशांसाठी अत्यंत घातक ठरू शकते हे मिस्री यांनी सोदाहरण दाखवून दिले. नागरी विमानांचा पाकिस्तानकडून ढालीसारखा वापर चालला असल्याचे त्यांनी दाखवून दिले.

भारत पाकिस्तान दरम्यान युद्धाला तोंड फुटण्याची चिन्हे स्पष्ट दिसू लागल्याने सौदी अरेबिया आणि इराणच्या विदेशमंत्र्यांनी मध्यस्थीचा प्रयत्न चालवला होता. इराणचे विदेशमंत्री आधीच दाखल झाले होते. सौदी अरेबियाचे विदेश राज्यमंत्री आदिल अलजुबैर आणि इराणचे विदेशमंत्री अब्बास अरागची यांनी भारताचे विदेशमंत्री एस. जयशंकर यांच्याशी स्वतंत्रपणे बोलणी लावली. ब्रिटनच्या संसदेत हाऊस ऑफ कॉमन्समध्ये भारत – पाक संघर्षावर चर्चा झाली आणि दोन्ही देशांना संयम बाळगण्याचे आवाहन करण्यात आले.

पंतप्रधान नरेंद्र मोदी यांनी संरक्षणमंत्री, राष्ट्रीय सुरक्षा सल्लागार, चीफ ऑफ डिफेन्स स्टाफ, तिन्ही सैन्यदलांचे प्रमुख आणि वरिष्ठ अधिकाऱ्यांसमवेत तातडीची बैठक घेतली. पाकिस्तानच्या ठोशास दुप्पट ताकदीचा ठोसा देण्याच्या स्पष्ट सूचना सैन्यदलांना देण्यात आल्या. प्रादेशिक सेनेला पाचारण करण्याचे अधिकार लष्करप्रमुखांना देण्यात आले.

केंद्रीय गृहमंत्र्यांनी दुसऱ्या एका बैठकीत निमलष्करी दलांच्या तयारीचाही आढावा घेतला. विदेशमंत्र्यांनी अन्य देशांना परिस्थितीची माहिती देण्यास सुरूवात केली. अर्थमंत्र्यांनी बँकांना सायबरहल्ल्यांबाबत दक्षता घेण्याच्या सूचना दिल्या. जीवनावश्यक वस्तूंच्या साठवणूक व काळाबाजाराविरुद्धही सरकारने कारवाईचे आदेश दिले.

युद्धाचे ढग आकाशात जमू लागल्याने अर्थव्यवहारालाही त्याची झळ बसताना दिसू लागली. भारतीय रुपया ८९ पैशांनी घसरला. गेल्या दोन वर्षांतील ही सर्वांत मोठी घसरण होती. सेन्सेक्स ०.५१ टक्क्यांनी, तर निफ्टी २४,३०० च्या खाली पोहोचला. पाकिस्तानमध्ये तर स्थिती आणखी वाईट होती. कराची सेन्सेक्स केएसई १०० हा तब्बल ५.८९ टक्क्यांनी घसरला.

पण पाकिस्तानला त्याची तमा नव्हती. भारतावर सूड उगवण्यासाठी पाकिस्तानचे हात जणू शिवशिवत होते.

आधल्या रात्री म्हणजे आठ मे रोजी पाकिस्तानने जम्मू विमानतळाला लक्ष्य करीत द्रोन हल्ले चढवले होते. शुक्रवारी नऊ मेच्या रात्री त्यांनी श्रीनगरवर हल्ले चढवायला सुरूवात केली. रात्री नऊ वाजल्यापासूनच द्रोनच्या लाटांवर लाटा येताना दिसू लागल्या. नऊ मेच्या त्या रात्री जम्मू काश्मीर, पंजाब, राजस्थान आणि गुजरातमध्ये तब्बल २६ ठिकाणी पाकिस्तानी द्रोन आकाशातच निकामी होताना जनतेला दिसले. नियंत्रण रेषेवरील गोळीबारही सुरूच होता. जम्मूच्या सांबा सेक्टरमध्ये गोळीबाराच्या आडून भारतात घुसखोरीच्या प्रयत्नात असलेल्या सात दहशतवाद्यांचा आपल्या सीमा सुरक्षा दलाने खात्मा केला. पाकिस्तानी रेंजर्सची चौकीही उद्ध्वस्त करण्यात आली. त्या सर्व घटनेचा व्हिडिओ पुरावाही बीएसएफने देशापुढे ठेवला. पाकिस्तानच्या गोळीबारामुळे नियंत्रणरेषेच्या परिसरातील हजारो नागरिकांचे सुरक्षितस्थळी स्थलांतर करणे भाग पडले.

पाकिस्तानकडून भारतातील ३६ ठिकाणी जवळजवळ चारशे ड्रोनद्वारे हल्ला चढवण्याचा प्रयत्न झाल्याचे भारताच्या दुसऱ्या दिवशीच्या पत्रकार परिषदेत स्पष्ट करण्यात आले.

विदेश सचिव विक्रम मिस्री यांनी पाकिस्तानने भारतीय शहरांवर व धार्मिक स्थळांवरही हल्ल्यांचा प्रयत्न केल्याचे स्पष्ट केले. पूंछमधील गुरूद्वाऱ्यावरील हल्ल्यात त्याचे रागी ठार झाले. अमृतसरवर हल्ला करण्याचा पाकिस्तानने प्रयत्न केला, परंतु उलट भारतीय हवाई दलानेच अमृतसरवर हल्ल्याचा प्रयत्न केल्याचा अपप्रचार चालवला असल्याचे त्यांनी निदर्शनास आणून दिले. भारताने नानकानासाहिब गुरूद्वारावर ड्रोन हल्ला केल्याचा खोटा आरोपही पाकिस्तानकडून केला गेल्याचे त्यांनी निदर्शनास आणले.

आठ आणि नऊ मेच्या मध्यरात्री पाकिस्तानी सैन्याने भारतीय हवाई क्षेत्राचे अनेकदा उल्लंघन केले, शिवाय नियंत्रणरेषेवर भारी कॅलिबरच्या शस्त्रास्त्रांनी गोळीबार केला असे कर्नल सोफिया कुरेशी आणि विंग कमांडर व्योमिका सिंग यांनी दाखवून दिले. नियंत्रण रेषेवर लेहपासून आंतरराष्ट्रीय सीमेवर गुजरातमधील सर क्रीकपर्यंत तब्बल ३६ ठिकाणी तीनशे ते चारशे ड्रोनद्वारे हल्ला चढवण्याचा प्रयत्न पाकिस्तानने केला होता. भारतीय सशस्त्र दलांनी कायनेटिक व नॉन कायनेटिक साधनांचा उपयोग करून यापैकी बहुतेक सर्व ड्रोनना हवेतल्या हवेत पाडले असे त्यांनी सांगितले. एवढ्या मोठ्या प्रमाणावरील हवाई घुसखोरीचा संभाव्य उद्देश भारताच्या संरक्षणप्रणालीची टेहळणी करणे व गोपनीय माहिती गोळा करणे असावा असेही त्या म्हणाल्या. हे जे ड्रोन पाकिस्तानने वापरले ते तुर्कियेचे असीसगार्ड सोंगर ड्रोन असल्याचेही त्यांनी उघड केले. बठिंडा सैन्यतळावर सशस्त्र यूएव्हीद्वारे हल्ल्याचा प्रयत्नही पाकिस्तानने केल्याचे त्यांनी निदर्शनास आणले. प्रत्युत्तरादाखल पाकिस्तानच्या चार हवाई संरक्षण प्रणालींवर भारताने ड्रोन पाठवले व एका ड्रोनने पाकिस्तानच्या हवाई संरक्षण प्रणालीचे रडार नष्ट केले असल्याची माहिती त्यांनी ह्यावेळी दिली. पाकिस्तानने तंगधार, उरी, पूंछ, मेंढर, राजौरी, अखनूर आणि उधमपूरमध्ये भारी कॅलिबर आर्टिलरी गन आणि सशस्त्र ड्रोनचा वापर करून नियंत्रण रेषेपार गोळीबार चालवल्याचेही त्यांनी दाखवून दिले.

एकीकडे भारतावर हवाई हल्ले सुरू असताना कराची आणि लाहोर दरम्यान नागरी विमानोड्डाणे सुरूच असून फ्लाईनेस एव्हिएशनची एअरबस ३२० संध्याकाळी ५.५० वाजता दम्मामहून निघून रात्री ९.१० वाजता लाहोरला उतरली. पाकिस्तानचा बेजबाबदारपणाच यातून प्रत्ययास येत असल्याचे त्यांनी सप्रमाण निदर्शनास आणले. निष्पाप नागरिकांचे प्राण धोक्यात येऊ नयेत यासाठी भारताने आपल्या प्रतिक्रियेत खूप संयम दाखवल्याचे त्या म्हणाल्या.

'ऑपरेशन सिंदूर' सुरू असताना पाकिस्तानकडून सातत्याने भलभलते दावे केले जात होते. समाजमाध्यमांवरून सातत्याने अपप्रचार चालला होता. खोट्या बातम्या

पसरवल्या जात होत्या. कर्नल सोफिया कुरेशी आणि विंग कमांडर व्योमिका सिंग यांनी पत्रकार परिषदेत पाकिस्तानच्या अपप्रचारातील सर्व दावे एकेक करून फेटाळून लावले. पाकिस्तानच्या जेएफ १७ विमानांनी भारताच्या एस ४०० व ब्राह्मोस क्षेपणास्त्र तळास उद्ध्वस्त केल्याचे वृत्त खोटे आहे, सिरसा, जम्मू, पठाणकोट, बठिंडा, नलिया आणि भूजवरील हवाई तळ उद्ध्वस्त झाल्याचा दावा खोटा आहे, चंडीगढ व ब्यासमधील दारूगोळा साठा नष्ट झाल्याचा दावा खोटा आहे असे त्यांनी स्पष्ट केले. भारत हा एक धर्मनिरपेक्ष देश असून पाकिस्तानातील मशिदींना लक्ष्य केल्याचा दावा खोटा असल्याचेही त्यांनी आवर्जून सांगितले. भारतीय सैन्यदलांनी पाकिस्तानच्या स्कार्दू, जाकोबाबाद, सरगोधा आणि भुलारी हवाई तळांचेही मोठे नुकसान केल्याचे त्यांनी जाहीर केले. पाकिस्तानची तेथील हवाई संरक्षणयंत्रणा व रडार यंत्रणा नष्ट झाल्याचे त्यांनी सांगितले. नियंत्रणरेषेजवळील पाकिस्तानचे कमांड अँड कंट्रोल, लॉजिस्टिक इन्स्टॉलेशन्स, मिलिटरी इन्फ्रास्ट्रक्चर, तसेच सैनिकांचे इतके मोठे नुकसान झाले आहे की पाकिस्तानची ऑफेन्सिव्ह व डिफेन्सिव्ह क्षमता नष्ट झाली आहे असे त्यांनी निदर्शनास आणले.

विदेश सचिव विक्रम मिस्री यांना देखील पत्रकार परिषदेत पाकिस्तानच्या अपप्रचारासंबंधीच्या प्रश्नांना सामोरे जावे लागले. टीव्ही ९ भारतवर्षच्या मनीष झा ह्या पत्रकाराच्या प्रश्नावर मिस्री यांनी सरळ सांगितले, पाकिस्तानच्या जन्मापासूनच त्याच्या खोटारडेपणाची सुरूवात झाली आहे. काश्मीरवर १९४७ साली हल्ला झाला तेव्हा संयुक्त राष्ट्रात पाकिस्तानने खोटे सांगितले होते की ते टोळीवाले आहेत, ह्याची आठवण मिस्री यांनी करून दिली. भारत सरकारच्या पत्र सूचना कचेरीनेही पाकिस्तानकडून पसरवल्या जाणाऱ्या खोट्या बातम्यांचा पर्दाफाश करण्याची मोहीमच राबवली. 'ऑपरेशन सिंदूर' चा बराच वेळ ह्या अफवांचे निराकरण करण्यात गेला असे नंतर लष्करी अधिकाऱ्यांना सांगावे लागले, एवढे अपप्रचाराचे पेव पाकिस्तानने फोडले होते.

पाकिस्तानकडून एकीकडे उघडउघड दहशतवाद्यांचे समर्थन चालले असताना तिकडे आंतरराष्ट्रीय नाणेनिधीच्या बैठकीत मात्र पाकिस्तानला एक्स्टेंडेड फंड फॅसिलिटी म्हणजे ईएफएफखाली एक अब्ज डॉलरचे आणि रिसायलन्स अँड सस्टेनेबिलिटी फॅसिलिटी (आरएसएफ) खाली १.३ अब्ज डॉलरचे कर्ज देण्यासंबंधी निर्णय घेतला जात होता. पाकिस्तानकडून ह्या पैशाचा वापर सीमेपार दहशतवाद पसरवण्यासाठी केला जात असल्याची भूमिका भारताने तेथे मांडली. पाकिस्तान कर्जबाजारी स्थितीत असतानाही त्याला पुन्हा पुन्हा पैसा दिला जात असल्याने त्या पैशातून तो सीमापार दहशतवादाला खतपाणी घालत आला असून त्यामुळे जगात चुकीचा संदेश पोहोचत आहे हेही भारताने निदर्शनास आणले. भारताने त्या बैठकीतील मतदानात भाग घेतला नाही...

ऑपरेशन सिंदूरसंदर्भात अवघ्या जगाच्या मनातील शंकाकुशंका दूर करण्याचे काम स्वतः काश्मिरी पंडित असलेले भारताचे विदेश सचिव विक्रम मिस्री यांनी केले.

ऑपरेशन सिंदूरसंदर्भात खात्मा झालेल्या दहशतवाद्यांच्या अंत्यविधीला पाकिस्तानी लष्कराचे वरिष्ठ अधिकारी जातीने हजर होते आणि कुख्यात दहशतवादी हाफीज अब्दुल रौफ हा प्रार्थनासभेचे नेतृत्व करीत होता हे छायाचित्र विदेश सचिवांनी आपल्या पत्रकार परिषदेत जगासमोर ठेवले. पाकिस्तानने मात्र तो दहशतवादी हा नव्हे अशी सारवासारव चालवली.

८. पाकिस्तानचे ११ हवाई तळ उद्ध्वस्त!

नऊ/दहा मेच्या रात्री पाकिस्तानकडून भारतीय लष्करी ठाण्यांवर व हवाई तळांवरच नव्हे, तर नागरी ठिकाणांवर हवाई हल्ले चढवण्याचे जोरदार प्रयत्न सुरूच राहिले. अर्थातच भारताने पाकिस्तानच्या त्या आगळिकीला अत्यंत खणखणीत प्रत्युत्तर देत पाकिस्तानचे हवाई व लष्करी तळ उद्ध्वस्त करण्याचा धडाका लावला. ह्या प्रत्युत्तराच्या घणाघाती कारवाईसाठी भारताकडून ब्राह्मोस क्षेपणास्त्रांचा वापर झाल्याचे काही दिवसांनंतर उजेडात आले.

पाकिस्तानने चालवलेल्या आगळिकीस भारताने असे काही खणखणीत प्रत्युत्तर दिले की, पाकिस्तान काही तासांतच युद्धविरामाची भीक मागू लागला. भारतीय सैन्यदलांनी पाकिस्तानचे एकूण अकरा महत्त्वाचे हवाई तळ काही मिनिटांत उद्ध्वस्त करून टाकले. रावळपिंडीचा नूरखान, चकवालचा मुरीद, सक्कर, रहिमयारखान, सरगोधामधील मुशफ, जाकोबाबादेतील शाहबाझ, शोरकोटचा रफिकी आणि जामशोरोचा भोलारी तळ यांची भारतीय क्षेपणास्त्रांनी दाणादाण उडवली. त्याचबरोबर भारतीय कारवाईत पाकिस्तानच्या पंजाब प्रांतातील पसरूर, चुनियान, सियालकोट,

लाहोर आणि सिंध प्रांतातील कराचीचा मालीर कँट तळ येथील रडार आणि हवाई संरक्षण प्रणालीही उडवून दिली गेली.

रावळपिंडीचा नूरखान तळ हा पाकिस्तानी हवाई दलाचा महत्त्वाचा तळ. पूर्वी ह्यालाच चकलाला हवाई तळ संबोधले जाई. २०१२ साली त्याचे नामकरण ह्या तळाचा पहिला पाकिस्तानी कमांडर एअर मार्शल नूरखान ह्याच्या स्मृत्यर्थ नूरखान असे झाले. रावळपिंडी हे तर पाकिस्तानच्या लष्कराचे मुख्यालय असलेले ठिकाण. तेथून जवळच असलेल्या ह्या हवाई तळावर पाकिस्तानच्या हवाई दलाचा एअर मोबिलिटी कमांड आहे. भारतीय क्षेपणास्त्रे थेट नूरखानपर्यंत धडकली आणि पाकिस्तान्यांच्या काळजाचा ठोका चुकला. त्यांच्या साब एरिये एअरबॉर्न अर्ली वॉर्निंग सिस्टम्स, लॉकहीड सी – १३० हर्क्युलीस ट्रान्स्पोर्टर्स आणि इल्युशिन आयएल – ७८ रीफ्युएलिंग विमाने येथे असतात. विशेष महत्त्वाचे म्हणजे पाकिस्तानच्या अण्वस्त्रांचा कमांड जवळच आहे. भारतीय क्षेपणास्त्रांनी नूरखान तळाची अपरिमित हानी केली.

पंजाबच्या चकवालमधील मुरीद हाही पाकिस्तानी हवाई दलाचा महत्त्वाचा तळ. तेथे पाकिस्तानी हवाई दलाची यूसीएव्ही आणि यूएव्ही फ्लीट असते. तुर्कियेची बायरक्तार टीबी२ आणि स्वदेशी बनावटीची शाहपार १, चिनी बनावटीची चेंगडू विंग लूंग २ येथेच ठेवली जात. भारतीय क्षेपणास्त्रांनी मुरीदचा तळही उडवून दिला.

सरगोधा तळाला मुशफ हवाई तळ असेही म्हणतात. २००३ साली ह्या तळाला एअर चीफ मार्शल मुशफ अली मीर याचे 'मुशफ' हे नाव देण्यात आले होते. पाकिस्तानी हवाई दलाच्या सेंट्रल कमांडचे मुख्यालय येथेच आहे. अमेरिकेने दिलेली एफ १६ आणि फ्रेंच बनावटीच्या मिराज ५ ए विमानांच्या स्क्वॉड्रन व चिनी बनावटीची चेंगडू जे – ७, चीनच्या मदतीने बनवलेली जेएफ १७ ही येथे आहेत. भारतीय क्षेपणास्त्रांनी सरगोधाला धू धू धुतले. १९६५ च्या युद्धातही भारताने येथे हल्ला करून दहा लढाऊ विमाने उद्ध्वस्त केली होती.

शोरकोटचा रफिकी हा पंजाब प्रांताच्या झांग जिल्ह्यात येतो. स्क्वॉड्रन लीडर सर्फराज अहमद रफिकी ह्याचे नाव ह्या तळाला दिले गेले आहे. इस्लामाबादच्या दक्षिणेस ३३७ कि. मी. वरील ह्या नॉर्दर्न एअर कमांडच्या तळावर मिराज ५ आणि चिनी बनावटीची जेएफ १७ लढाऊ विमाने असतात. रफिकी तळालाही भारताने जबरदस्त दणका दिला.

पाकिस्तानच्या पंजाब प्रांतात दक्षिणेस रहिमयारखान शहराजवळील पाकिस्तानी हवाई दलाच्या सेंट्रल कमांडच्या रहिमयारखान तळावरही चीनने दिलेली जे १७ विमाने आणि मिराज विमाने ठेवलेली असतात. ह्या तळाची मुख्य धावपट्टी ही तेथील शेख झाएद आंतरराष्ट्रीय विमानतळाचीही मुख्य धावपट्टी आहे. संयुक्त अरब अमिरातीचे पहिले राष्ट्राध्यक्ष शेख झाएद बिन सुलतान अल नह्यान यांनी ह्या विमानतळाच्या बांधकामासाठी पैसा पुरवला होता. भारतीय क्षेपणास्त्रांनी हा तळ तर उद्ध्वस्त केलाच, पण तेथे धावपट्टीवर

एक प्रचंड मोठा खड्डा पाडून धावपट्टीच बंद पाडली. हा दणका एवढा जबरदस्त होता की ही उद्‌ध्वस्त धावपट्टी आधी सहा जूनपर्यंत बंद राहील असे पाकिस्तानने घोषित केले, पण नंतर ती मुदत आणखी वाढवणे त्यांना भाग पडले.

सक्कर हा सिंधच्या जामशोरोमध्ये कराची आणि पाकिस्तानमधील हैदराबाद यांच्या दरम्यानचा दक्षिणी एअर कमांडचा हवाई तळ. उत्तर सिंधसाठीचा हा महत्त्वाचा तळ. कराचीच्या जिना आंतरराष्ट्रीय विमानतळानंतरचा हा सिंधमधील दुसरा महत्त्वाचा विमानतळ. तेथेही पाकिस्तानची एफ १६ व जे १७ लढाऊ विमाने असतात. कराची बंदराला सुरक्षित करण्यासाठी उभारल्या गेलेल्या ह्या तळापर्यंत भारतीय क्षेपणास्त्रे जाऊन धडकली.

जामशोरोच्या भोलारी तळाचीही भारताने जबर हानी घडवली. डिसेंबर २०१७ मध्ये उद्‌घाटन झालेल्या त्या तळावर पाकिस्तानची सर्वांत अत्याधुनिक विमाने तैनात असतात. जेएफ १७ थंडर आणि एफ १६ फाल्कन, तसेच साब २००० अॅवॉक्स (एअरबॉर्न अर्ली वॉर्निंग अँड कंट्रोल एअरक्राफ्ट) येथे असतात, ज्यावर एरिये रडार यंत्रणा बसवलेली आहे. भारतीय हवाई दलाने हे अॅवॉक्सच नष्ट करून टाकले.

जाकोबाबादेतील शाहबाझ ह्या तळालाही भारतीय क्षेपणास्त्रांनी जबर दणका दिला. अफगाणिस्तानमधील 'ऑपरेशन एंड्युरिंग फ्रीडम'च्या वेळेस 'नाटोच्या' विमानांनी ह्या विमानतळाचा वापर केला होता. अत्याधुनिक जेएफ १७ ब्लॉक २ विमाने, एफ १६ फाल्कन विमाने येथे आहेत. इटलीची लिओनार्डो एडब्ल्यू १३९ हेलिकॉप्टर्सची स्कॉड्रनही येथे असते. भारतीय क्षेपणास्त्रांनी जाकोबाबादचा हा तळही उडवून दिला.

इतकेच काय, पाकिस्तानव्याप्त काश्मीरच्या गिलगीट - बाल्टिस्तानमधील स्कार्दू तळालाही भारतीय क्षेपणास्त्रांनी निकामी केले. एकीकडे पाकिस्तानचे महत्त्वाचे हवाई तळ उद्‌ध्वस्त करतानाच भारतीय क्षेपणास्त्रांनी पाकिस्तानी हवाई दलाच्या रडार व हवाई संरक्षणप्रणालीही निकामी केल्या. पंजाब प्रांतातील सियालकोट, पसरूर आणि लाहोरच्या दक्षिणेच्या चुनियान येथील आणि सिंधमधील मलीर कँट तळावरील पाकिस्तानी हवाई संरक्षण प्रणालीला उद्‌ध्वस्त करून भारताने पाकिस्तानी हवाई दलाची प्रतिकारशक्तीच निकामी करून टाकली.

भारताने उद्‌ध्वस्त केलेल्या प्रत्येक ठिकाणाचे सुस्पष्ट पुरावेही लागलीच पत्रकार परिषदेतून सादर करण्यात आले. उपग्रहांनी टिपलेल्या छायाचित्रांमध्येही भारतीय क्षेपणास्त्रांनी पाकिस्तानी हवाई तळांची कशी दाणदाण उडवून दिली ते स्पष्ट दिसून आले. ह्यापैकी बहुतेक तळांवरील धावपट्ट्या तर जून महिना उलटला तरीही पूर्ववत होऊ शकलेल्या नव्हत्या. नऊ व दहा मेच्या ह्या कारवाईत आपल्या रहिमयारखानसारख्या तळांचे नुकसान झाल्याची कबुली खुद्द पाकिस्तानकडूनच नंतर देण्यात आली. आपल्या

अत्यंत महत्त्वाच्या नूरखान तळाला भारतीय हवाई दलाने उद्‌ध्वस्त केल्याची कबुली पाकिस्तानने १७ मे रोजी दिली. लष्करप्रमुख असीम मुनीर यांनी आपल्याला पहाटे अडीच वाजता उठवून भारताच्या त्या कारवाईची माहिती दिली असे पाकिस्तानचे पंतप्रधान शाहबाज शरीफ बोलून गेले.

मात्र, 'पडलो तरी नाक वर' म्हणतात त्याप्रमाणे पाकिस्तानसाठी गोतास काळ ठरलेले लष्करप्रमुख असीम मुनीर यांना त्यांनी न केलेल्या पराक्रमाबद्दल सरकारने पुढे दि. २० मे रोजी फील्ड मार्शलची सर्वोच्च तारांकित बढती देऊन गौरवून युद्धामध्ये जितं मयाचा थयथयाट चालवला.

भारताच्या 'ऑपरेशन सिंदूर'ला प्रत्युत्तर म्हणून पाकिस्तानने दहा मे रोजी ऑपरेशन 'बुनियान उन मरसूस' सुरू केले. 'बुनियान उन मरसूस' याचा अर्थ 'शिशाची बनलेली वास्तू' असा आहे. 'अल्लासाठी जे रणभूमीवर शिशाच्या वास्तूसारखे बनून लढतात, त्यांच्यावर तो प्रेम करतो' ह्या कुराणातील वचनास अनुसरून पाकिस्तानने भले आपल्या मोहिमेला हे नाव दिले होते, परंतु ह्या मोहिमेचा फज्जा उडाला. ४८ तासांत भारताला गुडघ्यावर आणण्याची प्रतिज्ञा करून सुरू करण्यात आलेली ही मोहीम पाकिस्तानला आठ तासांत गुंडाळावी लागली. एकीकडे भारताची सक्षम एकात्मिक हवाई संरक्षण प्रणाली पाकिस्तानी आक्रमणाला निष्फळ करीत असताना, दुसरीकडे भारताने दिलेले प्रत्युत्तर रोखण्यात पाकिस्तानची चिनी बनावटीची एच क्यू ९ हवाई संरक्षणप्रणाली साफ कुचकामी ठरली. भारताची ड्रोन, ब्राह्मोस व दीर्घ पल्ल्याची इतर क्षेपणास्त्रे यांनी पाकिस्तानचा जन्माचा धडा शिकवला. भारतीय हवाई दलाची आक्रमक मोहीम आणि दुसरीकडे हल्ल्याच्या पवित्र्यात सज्ज असलेल्या भारतीय नौदलामुळे पाकिस्तानला कायम बचावात्मक पवित्र्यातच राहणे भाग पडले आणि शेवटी भारताला आवर घालण्यासाठी मध्यस्थीसाठी देशोदेशीच्या नेत्यांपाशी धाव घ्यावी लागली.

१० मे च्या पत्रकार परिषदेत भारताने पाकिस्तानचे रफिकी, मुरीद, चकलाला, रहमियारखान, सक्कर आणि चुनिआन येथील हवाई तळ लढाऊ विमाने व क्षेपणास्त्रांद्वारे लक्ष्य केल्याची माहिती अधिकृतरीत्या देण्यात आली. भारतीय सैन्यदलांनी पाकिस्तानी टेक्निकल इन्स्टॉलेशन्स, कमांड अँड कंट्रोल सेंटर्स, रडार साईट आणि शस्त्रसाठे उद्‌ध्वस्त केल्याची माहिती ह्या पत्रकार परिषदेत जगाला दिली गेली. ह्या हल्ल्यांचे व्हिडिओ देखील पुराव्यांदाखल पत्रकार परिषदेत सादर करण्यात आले.

भारताने दिलेल्या खणखणीत प्रत्युत्तराची माहिती जगापुढे उघड करताना तिचे खरे व्यापक स्वरूप त्या दिवशी जरी उघड केले गेले नाही, तरी भारताने पाकिस्तानला जन्माची अद्दल घडवली आहे ह्याची चाहुल जनतेला लागली होती. भारताच्या त्या धडाकेबाज कारवाईची परिणती म्हणून १० मे रोजी संध्याकाळी पाकिस्तान दाती तृण धरून भारताला

युद्धविरामासाठी विनवण्यासाठी पुढे आला.

पाकिस्तानची गेल्या दोन तीन दिवसांतील प्रतिक्रिया ही 'एस्कलेटरी' (चढत्या श्रेणीची) आणि चिथावणीखोर असल्याचे विदेश सचिव विक्रम मिस्री त्या दिवशीच्या पत्रकार परिषदेत म्हणाले. पाकिस्तानी सैन्याने भारताच्या संपूर्ण पश्चिमी सीमेवर सातत्याने आक्रमक हल्ले सुरू ठेवले होते. यूसीएव्ही, ड्रोन, दीर्घ पल्ल्याची क्षेपणास्त्रे, लॉयटरिंग म्युनिशन्स आणि लढाऊ विमानांद्वारे भारतीय तळांना लक्ष्य करण्याचा प्रयत्न पाकिस्तानने केला, असे कर्नल सोफिया कुरेशी व विंग कमांडर व्योमिका सिंग यांनी जगाच्या निदर्शनास आणले. मात्र सक्षम हवाई संरक्षण प्रणालीच्या बळावर हे सर्व हल्ले भारताने निष्फळ ठरवल्याचे त्यांनी दाखवून दिले.

आंतरराष्ट्रीय सीमेवर आणि नियंत्रण रेषेवर श्रीनगरपासून नलियापर्यंत २६ हून अधिक ठिकाणांवर हवाई घुसखोरी करण्याचा पाकिस्तानचा प्रयत्न विफल करण्यात आला. तरीही भारतीय हवाई दलाच्या उधमपूर, पठाणकोट, आदमपूर आणि भूज, बठिंडा तळांवर उपकरण आणि व्यक्तींना हानी पोहोचवली गेल्याचा दावा पाकिस्तानने केला. पाकिस्तानने एक हायस्पीड क्षेपणास्त्र रात्री एक वाजून ४० मिनिटांनी पंजाबच्या हवाई दलाच्या तळावर डागण्याचा प्रयत्न केला होता, परंतु तो विफल केला गेला, असे कर्नल कुरेशी यांनी निदर्शनास आणले. श्रीनगर, अवंतीपुरा आणि उधमपूरच्या हवाई दलाच्या तळावरील चिकित्सालय आणि शाळांच्या परिसरांनाही पाकिस्तानकडून लक्ष्य केले गेल्याचे त्यांनी सांगितले.

पाकिस्तानच्या ह्या आगळिकीबद्दल कळताच पंतप्रधान नरेंद्र मोदी यांनी भारतीय सैन्यदलांना स्पष्ट निर्देश दिले, गोळीला तोफगोळ्याने उत्तर द्या!.

''वहाँसे गोली चलेगी, यहाँ से गोला चलेगा!''

त्याच दिवशी संरक्षणमंत्री राजनाथसिंह यांच्या हस्ते लखनौमध्ये 'ब्राह्मोस' क्षेपणास्त्रांच्या इंटिग्रेशन अँड टेस्टिंग फॅसिलिटीचे उद्घाटन झाले, तेव्हा राजनाथसिंह उद्गारले, ''ऑपरेशन सिंदूर ही केवळ लष्करी कारवाई नव्हे. दहशतवादाविरुद्धच्या भारताच्या राजकीय, सामाजिक व सामरिक इच्छाशक्तीचे ते दर्शन आहे.''

पाकिस्तानने मात्र खोट्यानाट्या बातम्या समाजमाध्यमांद्वारे पसरवण्याचा सपाटाच लावला. पाकिस्तानने भारताच्या आदमपूर हवाई तळावरची एस – ४०० हवाई संरक्षण प्रणाली, सूरतगढ व सिरसा येथील विमानतळ, नागरोटाचा 'ब्राह्मोस'चा तळ, डेहरागिरीची तोफखाना पोझिशन, चंडीगढचा दारूगोळा डेपो नष्ट केल्याच्या अफवा सोशल मीडियाद्वारे पसरवल्या असल्याचेही पत्रकार परिषदेमध्ये कर्नल सोफिया कुरेशी आणि विंग कमांडर व्योमिका सिंग यांनी निदर्शनास आणले व पाकिस्तानच्या ह्या सर्व दाव्यांना फेटाळून लावले. हे सर्व तळ सुरक्षित असल्याच्या पुराव्यादाखल सिरसा व सूरतगढ येथील धावपट्टी

सुस्थितीत असल्याची छायाचित्रेही त्यांनी दाखवली. हे दोन्ही तळ उद्‌ध्वस्त केल्याचा पाकिस्तानचा दावा सपशेल खोटा असल्याचे त्यांनी सांगितले. भारतीय क्षेपणास्त्रांनी अफगाणिस्तानमध्ये स्फोट घडवल्याचे दावेही खोटे असल्याचे त्यांनी स्पष्ट केले. नियंत्रण रेषेवर कुपवाडा, बारामुल्ला, पूंछ, राजौरी व अखनूर सेक्टरमध्ये तोफा, मोर्टार आदींद्वारे पाकिस्तानकडून मोठा गोळीबार झाला, ज्याला भारतीय सैन्याने चोख प्रत्युत्तर दिल्याचेही त्यांनी स्पष्ट केले. राजौरीत जम्मू काश्मीरचे अतिरिक्त जिल्हा विकास आयुक्त राजकुमार थापा हे पाकिस्तानच्या गोळीबारात ठार झाले. नियंत्रण रेषेवर त्या दिवशी आणखी चारजणांचा बळी गेला.

भारताने पाकिस्तानला दिलेल्या सर्वव्यापी दणक्याची सविस्तर माहिती शनिवार १० मे च्या पत्रकार परिषदेतून जरी भारताकडून जाहीर झाली नसली, तरी पाकिस्तानला जो धडा मिळायला हवा होता तो मिळाला होता. परिणामी काही तासांतच त्याने भारतासमोर युद्धविरामाचा प्रस्ताव ठेवला.

तोवर भारत – पाकिस्तानदरम्यानचा तणाव शिगेला पोहोचल्याने आंतरराष्ट्रीय पातळीवर दोन्ही देशांना तणाव कमी करण्याचे आवाहन करण्याचे प्रयत्न सुरू झाले होते. जी – ७ राष्ट्रांकडून दोन्ही देशांना शांततेचे आवाहन करण्यात आले. चीनचे विदेशमंत्री वांग यी हे भारताचे राष्ट्रीय सुरक्षा सल्लागार अजित डोवाल यांच्याशी बोलले. त्यांनी दोन्ही देशांना युद्धविरामाचे आवाहन केले. सर्व प्रकारच्या दहशतवादाला चीनचा विरोध असेल असे आश्वासन त्यांनी तेव्हा दिले. त्याच दिवशी अमेरिकेचे परराष्ट्रमंत्री मार्को रूबिओ यांनी पाकिस्तानी नेतृत्वाशी चर्चा केली. वास्तविक, आधल्याच दिवशी नऊ मे रोजी अमेरिकेचे उपराष्ट्राध्यक्ष जे. डी. व्हान्स यांनी भारत आणि पाकिस्तान यांच्यातील युद्धाशी आमचा काहीही संबंध नसेल, असे हात वर करणारे वक्तव्य केले होते. पण मार्को रूबिओंचे पाकिस्तानशी बोलणे होताच पाकिस्तानकडून युद्धविरामासाठी औपचारिकरीत्या भारताकडे प्रस्ताव ठेवला गेला. मात्र, दरम्यान एक वेगळेच नाट्य घडले.

भारत – पाकिस्तानदरम्यानच्या या बोलण्यांत युद्धविरामाचा निर्णय होताच दोन्ही देशांकडून अधिकृतरीत्या त्याची घोषणा होण्याआधीच अमेरिकेचे राष्ट्राध्यक्ष डोनाल्ड ट्रम्प यांनी आगंतूकपणे भारत – पाकिस्तानातील तणाव कमी करण्याचे श्रेय आपण उपटले. त्यांनी आपल्या ट्रूथ सोशलच्या सोशल मीडिया हँडलवर पोस्ट केले –

''आफ्टर अ लाँग नाईट ऑफ टॉक्स मीडिएटेड बाय द युनायटेड स्टेटस्, आय ॲम प्लीज्ड टू अनाऊन्स दॅट इंडिया अँड पाकिस्तान हॅव अग्रीड टू अ फूल अँड इमिजिएट सीझफायर. काँग्रॅच्युलेशन्स टू बोथ कंट्रीज ऑन यूजिंग कॉमन सेन्स अँड ग्रेट इंजेलिजन्स. थँक यू फॉर युवर अटेन्शन टू धीस मॅटर.''

म्हणजे – ''अमेरिकेने रात्रभर मध्यस्थीसाठी बोलणी केल्यानंतर भारत आणि पाकिस्तान

यांनी संपूर्ण आणि तात्काळ युद्धविरामास त्यांची संमती दिलेली आहे असे जाहीर करायला मला आनंद होतो.'' दोन्ही देशांचे त्यांनी त्यासाठी आभार मानले.

ट्रूथ सोशलवर ट्रम्प यांची ही पोस्ट येताच, अमेरिकेचे विदेशमंत्री मार्को रूबियो यांनी आपण गेले ४८ तास उपराष्ट्राध्यक्ष जे. डी. वान्स यांच्यासमवेत युद्धविरामासाठी भारत आणि पाकिस्तानच्या वरिष्ठ अधिकाऱ्यांच्या संपर्कात होतो, असे जाहीर केले.

मात्र, भारताने अमेरिकेने मध्यस्थी केल्याच्या ह्या दाव्याला दुजोरा दिला नाही.

१० मे रोजी संध्याकाळी तातडीने घेतलेल्या पत्रकार परिषदेत विदेश सचिव विक्रम मिस्री यांनी माहिती दिली की, पाकिस्तानच्या डायरेक्टर जनरल ऑफ मिलिटरी ऑपरेशन्सनी संध्याकाळी ठीक १५.३५ वाजता भारताच्या डीजीएमओंशी संपर्क साधला. दोन्ही बाजूंकडून जमीन, हवाई आणि पाण्यातील गोळीबार व लष्करी कारवाई संध्याकाळी १७.०० वाजल्यापासून थांबवली जाईल ह्यावर दोन्ही बाजूंचे एकमत झाले असल्याचेही यावेळी विदेश सचिव विक्रम मिस्री यांनी जाहीर केले.

विदेशमंत्री एस. जयशंकर यांनीही भारत आणि पाकिस्तान यांच्यात लष्करी कारवाई आणि गोळीबार थांबवण्याबाबत सहमती (अंडरस्टँडिंग) झाले असल्याचे जाहीर केले. त्यांनी जाणीवपूर्वक 'युद्धबंदी' किंवा 'युद्धविराम' हा शब्द न वापरता 'समझोता' असा सावध शब्द वापरला -

''इंडिया अँड पाकिस्तान हॅव टुडे वर्क्ड आऊट ॲन अंडरस्टँडिंग ऑन स्टॉपेज ऑफ फायरिंग अँड मिलिटरी ॲक्शन. इंडिया हॅज कन्सिस्टंटली मेंटेन्ड अ फर्म अँड अनकॉम्प्रोमायझिंग स्टान्स अगेन्स्ट टेररिझम इन ऑल इटस् फॉर्म्स अँड मॅनिफेस्टेशन्स. इट विल कंटिन्यू टू डू सो.''

म्हणजे - ''भारत आणि पाकिस्तानची आज गोळीबार आणि लष्करी कारवाई थांबवण्यासंबंधी सहमती झाली आहे. सर्व प्रकारच्या आणि रूपांतील दहशतवादाविरुद्ध भारताने ठाम आणि तडजोडविरहित भूमिका सातत्याने मांडली आहे आणि यापुढेही तो ते करीत राहील'' असे जयशंकर यांनी लिहिले.

जयशंकर यांनी देखील भारत आणि पाकिस्तानमध्ये ही सहमती होण्यास अमेरिकेची किंवा डोनाल्ड ट्रम्प यांची मध्यस्थी कारणीभूत असल्याचे कुठेही नमूद केले नाही.

मात्र, ट्रम्प यांच्या सदर दाव्यामुळे विरोधकांना सरकारला घेरण्यास आयतेच खाद्य मिळाले. विरोधी पक्षांनी पंतप्रधान नरेंद्र मोदी यांना उभय देशांतील ह्या समझोत्याचा तपशील सादर करण्याचे आव्हान तर दिलेच, शिवाय त्याबाबत सर्वपक्षीय बैठक बोलावण्याचीही मागणी केली. 'अमेरिकेची मध्यस्थी स्वीकारली आहे का', असा सवाल करणारे पत्र काँग्रेस अध्यक्ष मल्लिकार्जुन खर्गे यांनी पंतप्रधान मोदींना पाठवले आणि संसदेच्या विशेष अधिवेशनाचीही मागणी पुढे केली.

मात्र, एकीकडे युद्धविरामाची याचना करणाऱ्या पाकिस्तानकडून पुढील दोन तासांत त्याचे उल्लंघन झाल्याचे आढळून येताच विदेश सचिव विक्रम मिस्री यांनी रात्री पुन्हा एकदा पत्रकार परिषद घेऊन पाकिस्तानने हे उल्लंघन रोखावे अशी तंबी दिली. सैन्यदले परिस्थितीवर कडक लक्ष ठेवून असून कोणत्याही प्रकारचे उल्लंघन झाल्यास आंतरराष्ट्रीय सीमेवर व नियंत्रणरेषेवर कडवे प्रत्युत्तर देण्यास सांगण्यात आले असल्याचेही त्यांनी जाहीर केले.

युद्धविरामाच्या सहमतीच्या औपचारिक घोषणेनंतरही हल्ले सुरू ठेवणाऱ्या पाकिस्तानला पुढील परिणामांची कल्पना लागलीच आली. त्यामुळे काही वेळातच आंतरराष्ट्रीय सीमा आणि नियंत्रण रेषा थंडावली आणि सीमेपलीकडून चाललेले हवाई हल्लेही थांबले.

अर्थात, पाकिस्तानने एवढे नमते घेण्यामागचे खरे कारण दुसऱ्या दिवशी म्हणजे रविवारी ११ मे रोजी जेव्हा भारतीय सैन्याधिकाऱ्यांनी एक विस्तृत पत्रकार परिषद घेऊन भारताने पाकिस्तानच्या हवाई संरक्षण प्रणालीच्या चिंधड्या करीत कशी दाणादाण उडवून दिली त्याचा तपशील अनेक व्हिडिओ पुराव्यांसहित सादर केला, तेव्हा जगाला उमगले.

भारताच्या प्रत्युत्तराच्या कारवाईमध्ये पाकिस्तानी लष्करी आणि हवाई तळांच्या झालेल्या अपरिमित हानीची तपशीलवार माहिती भारतीय लष्कर, हवाई दल आणि नौदलाच्या संयुक्त पत्रकार परिषदेत जगापुढे ठेवण्यात आली. लष्कराचे डायरेक्टर जनरल ऑफ मिलिटरी ऑपरेशन्स (डीजीएमओ) राजीव घई, भारतीय हवाई दलाचे डायरेक्टर जनरल ऑफ एअर ऑपरेशन्स (डीजीएओ) एअर मार्शल अवधेशकुमार भारती आणि भारतीय नौदलाचे डायरेक्टर जनरल ऑफ नेव्हल ऑपरेशन्स (डीजीएनओ) व्हाईस ॲडमिरल ए. एन. प्रमोद तसेच लष्कराचे मेजर जनरल एस. एस. शारदा यांच्या उपस्थितीत ही पत्रकार परिषद जवळजवळ सव्वा तास चालली.

भारताने पाकिस्तानचे एकूण नऊ हवाई तळ उद्ध्वस्त केल्याचे आणि दोन रडार यंत्रणा निकामी केल्याचे ह्यावेळी जाहीर करण्यात आले. या कारवाईत पाकिस्तानचे पस्तीस ते चाळीस लष्करी अधिकारी ठार झाल्याची माहितीही यावेळी देण्यात आली.

"आमच्यासमोर आम्ही ठेवलेली उद्दिष्टे पूर्णत्वास गेली आहेत. उभयपक्षी हानी हा युद्धाचा भाग असतो, परंतु आमचे सर्वच्या सर्व वैमानिक सुखरूप परत आले आहेत" असे भारतीय हवाई दलाचे डायरेक्टर जनरल ऑफ एअर ऑपरेशन्स एअर मार्शल अवधेशकुमार भारती यांनी ह्याच पत्रकार परिषदेत जाहीर केले.

'ऑपरेशन सिंदूर'च्या यशस्विततेचा संपूर्ण तपशील ह्या पत्रकार परिषदेत देण्यात आला.

भारताकडून कारवाई होईल ह्या भीतीने दहशतवाद्यांनी काही तळ आधीच रिकामे केले होते, परंतु केवळ दहशतवाद्यांनाच लक्ष्य करण्याचा दंडक भारताने स्वतःला आधीच घालून घेतलेला असल्याने पहिल्या रात्री अत्यंत काळजीपूर्वक लक्ष्ये निर्धारित करण्यात आली

होती. पाकिस्तानातील दहशतवाद्यांचे तळ असलेल्या असंख्य ठिकाणांपैकी २१ ठिकाणे निवडून विविध यंत्रणांकडून दुजोरा मिळालेले, पाकव्याप्त काश्मीर तसेच पाकिस्तानमधील नऊ तळ प्रत्यक्ष कारवाईसाठी निवडले गेले. ह्या ठिकाणांची अत्यंत काळजीपूर्वक छाननी केली गेली, त्यांचा परिसर, त्यांचे स्वरूप, त्यांच्या भोवतालचा परिसर काटेकोरपणे अभ्यासला गेला. इतकेच काय, तर प्रत्येक ठिकाणाच्या बांधकामाचे स्वरूपही अभ्यासले गेले व त्यानुसार तेथे कोणत्या प्रकारच्या शस्त्रास्त्रांचा वापर करायचा हे काळजीपूर्वक ठरवले गेले अशी माहिती या पत्रकार परिषदेत देण्यात आली.

युसूफ अजहर, अब्दुल मलीक रौफ व मुदस्सिर अहमदसारख्या बड्या दहशतवाद्यांसह एकूण शंभरपेक्षा अधिक दहशतवादी भारताच्या त्या कारवाईत मारले गेले असल्याची माहिती ह्यावेळी देण्यात आली.

वास्तविक, भारताचे प्रारंभिक हल्ले हे केवळ दहशतवाद्यांविरुद्ध व दहशतवादी तळांवर होते, परंतु पाकिस्तानने दहशतवाद्यांच्या वतीने आपण प्रत्युत्तर द्यायला सुरूवात केली. ८/९ मेच्या रात्री त्यांनी आमच्या हवाई हद्दीत ड्रोन, क्षेपणास्त्रे व लढाऊ विमाने पाठवण्याचा प्रयत्न केला. आपले विविध लष्करी तळ लक्ष्य करण्याचा असफल प्रयत्न केला. भारतीय हवाई दलाच्या हवाई संरक्षण प्रणालीस व इलेक्ट्रॉनिक वॉरफेअर यंत्रणेला त्यामुळे कार्यान्वित करण्यात आले व इंटिग्रेटेड ग्रीड बनवण्यात आली. ९/१० मेच्या रात्रीही पाकिस्तानने कुरापत सुरूच ठेवली. त्यावेळी भारतीय हवाई तळ आणि काही महत्त्वाची ठिकाणे लक्ष्य करण्याचा प्रयत्न झाला, परंतु तोही उधळून लावला गेला. काही ठिकाणांवर तर सातत्याने हल्ल्याचा प्रयत्न झाला. मात्र, तो सफल होऊ शकला नाही हेही यावेळी स्पष्ट केले गेले.

पाकिस्तानने आंतरराष्ट्रीय सीमा किंवा नियंत्रण रेषा पार केली नाही. त्यांना ती करायची होती, परंतु आपल्या हवाई संरक्षण प्रणालीने त्यांना रोखले हे अधोरेखित केले गेले. आम्ही त्यांची विमाने पाडली, परंतु ती सीमेपार कोसळल्याने त्यांचे अवशेष आमच्यापाशी नाहीत, परंतु आम्ही किती विमाने पाडली ते आम्हाला ठाऊक आहे, असेही एअर मार्शल अवधेशकुमार भारती यांनी यावेळी सांगितले. 'आमची उद्दिष्टपूर्ती झाली का', तर त्याचे उत्तर 'होय' असे आहे असेही ते उद्‌गारले.

युद्धविरामाचा प्रस्ताव पाकिस्तानकडून आधी आला हेही ह्यावेळी डीजीएमओ राजीव घई यांनी स्पष्ट केले. पाकिस्तानकडून आधल्या रात्री हॉटलाईनवरून विचारणा झाली होती की बोलायला तयार आहात का? त्यावर पाकिस्तानशी बोलण्याचा निर्णय घेतला गेला असे त्यांनी स्पष्ट केले. मात्र, समझोत्यानंतर दोन तासांत युद्धविरामाचे पाकिस्तानकडून उल्लंघन होताच आज लष्करप्रमुखांनी परिस्थितीचा आढावा घेतला व लष्करी कमांडरांना प्रत्युत्तराच्या कारवाईचे ('फॉर काऊंटर ॲक्शन इन द कायनेटिक डोमेन') पूर्ण अधिकार

बहाल केले गेले आहेत हेही त्यांनी सांगितले.

ह्यावेळी पत्रकारांच्या प्रश्नांना उत्तर देताना एअर मार्शल अवधेशकुमार भारती एक वाक्य सहज बोलून गेले, जे आता अजरामर झाले आहे.

''आपल्या कारवाईत शत्रूचे किती लोक मारले गेले?'' ह्या प्रश्नावर एअर मार्शल अवधेशकुमार भारती उत्तरले – ''आमचे उद्दिष्ट प्राणहानी घडवणे हे नव्हते, पण तशी ती झालेली असेल तर आमचे काम लक्ष्यभेद करण्याचे आहे, मृतदेह मोजण हे नव्हे!'' (''अवर जॉब इज टू हीट द टार्गेटस्, नॉट टू काऊंट बॉडी बॅग्ज!'') ऑपरेशन सिंदूरची जी टीशर्टस् नंतर बाजारात आली, त्यावर त्यांचे हे वाक्य आज दिमाखात मिरवताना दिसते.

ह्या पत्रकार परिषदाही किती सुनियोजित होत्या हे दर्शवणारा एक किस्सा नमूद करायलाच हवा. रविवार ११ मेच्या ह्या पत्रकार परिषदेत सुरवातीला 'शिवतांडव स्तोत्र' वाजवले गेले होते. दुसऱ्या दिवशी १२ मे रोजी पत्रकार परिषदेच्या प्रारंभी राष्ट्रकवी रामधारीसिंह दिनकर यांच्या 'रश्मीरथी' संग्रहातील 'कृष्ण की चेतावनी' ह्या कवितेच्या काही ओळी गीतरूपात वाजवल्या गेल्या –

''जब नाश मनुज पे छाता है । पहले विवेक मर जाता है ।
हितवचन तूने नही माना । मैत्री का मूल्य नही पहचाना ।।
अंतिम संकल्प सुनाता हूँ । याचना नही अब रण होगा ।
जीवन जय या की मरण होगा...''

महाभारतावेळी कृष्णाने दुर्योधनाला सुनावलेल्या ह्या ओळींचा संदर्भ घेत न्यूज नेशन ह्या वाहिनीच्या मधुरेंद्र नामक पत्रकाराने एअर मार्शल अवधेशकुमार भारती यांना प्रश्न विचारला की ''तुम्ही ह्या गीतांतून काय संदेश देऊ पाहता आहात?''

त्यावर अवधेशकुमार यांनी झट्दिशी रामचरितमानसमधला एक दोहा उद्धृत केला –

राम लंकेला निघाले असता समुद्राने त्यांची वाट अडवली तेव्हा समुद्रदेवतेवर राम कोपले, त्याचे रामचरितमानसमधले वर्णन अवधेशकुमार यांनी उद्धृत केले –

'बिनय न माने जलधि जड, भये तीन दिन बित ।
बोले राम सकोप तब, 'भय बीन होय न प्रीत!' ।।

यापूर्वीच्या युद्धांपेक्षा ही लढाई वेगळी होती का ह्या एका पत्रकाराच्या प्रश्नावर, 'प्रत्येक लढाई वेगळी असते आणि युद्धतंत्र बदलते तसे तिचे स्वरूप बदलते' असे उत्तरही त्यांनी दिले. आमची लढाई केवळ दहशतवादी व दहशतवादाविरुद्ध होती. त्यामुळे केवळ दहशतवादी तळांना लक्ष्य करण्यात आले होते, परंतु पाकिस्तानी सैन्याने ती आपली लढाई मानली, त्यामुळे त्यांनाही उत्तर देणे आवश्यक बनले. आपली हवाई संरक्षण यंत्रणा भिंतीसारखी उभी होती. तिला भेदणे शत्रूला अशक्य ठरले, असे एअर मार्शल अवधेशकुमार भारती यांनी नमूद केले. भारताचे सर्व लष्करी तळ सुरक्षित व सुसज्ज असून

आवश्यकता भासल्यास पुढल्या मोहिमेस तयार आहेत हे सांगायलाही ते विसरले नाहीत.

पाकिस्तानच्या किराना हिलवरील आण्विक तळाला भारताने हानी पोहोचवली हे खरे आहे का, ह्या 'द प्रिंट'च्या पत्रकाराच्या प्रश्नावर अवधेशकुमार भारती मिश्कीलपणे उद्गारले, ''थँक यू फॉर टेलिंग अज दॅट किराना हिल हाऊसेस सम न्यूक्लिअर इन्स्टॉलेशन्स. वी डीड नॉट नो अबाऊट इट अँड वुई डीड नॉट हीट किराना हिल्स!''

म्हणजे – ''किराना हिलवर काही आण्विक सामुग्री आहे हे आम्हाला सांगितल्याबद्दल आभार. आम्हाला त्याविषयी काही माहिती नव्हती आणि आम्ही किराना हिल्स लक्ष्य केलेले नाहीत.''

भारताच्या हवाई संरक्षण ग्रीडने पाकिस्तानचे हल्ले विफल केले. जी उरलीसुरली ड्रोन भारतीय हवाई हद्दीत घुसली होती, त्यांना खांद्यावरून गोळीबार करायच्या शस्त्रांनी निकामी केले गेले. तिन्ही सैन्यदलांत कमालीची एकवाक्यता होती हेही ह्यावेळी आवर्जून नमूद करण्यात आले.

भारताच्या विविध पातळ्यांवरील आणि एकात्मिक हवाई संरक्षण प्रणालीमध्ये लष्कर, नौदल आणि हवाई दल ह्या तिन्हींच्या संसाधनांचा समावेश होता. त्यात मोठे वेगवेगळे हवाई संरक्षण सेन्सर्स आणि शस्त्रास्त्र प्रणाली, एलएलएडी गन्ससारख्या पॉईंट डिफेन्स सिस्टम्सपासून खांद्यावरून मारा करायच्या मॅनपॅडस् व कमी पल्ल्याच्या सर्फेस टू एअर सॅम्सपर्यंत आणि एडी फायटर्स व लांब पल्ल्याच्या सरफेस टू एअर क्षेपणास्त्रांपर्यंत एरिया डिफेन्स वेपन्सचा, तसेच काऊंटर यूएएस सिस्टम्सचा आणि प्रशिक्षित मनुष्यबळाचा समावेश होता. ह्या इंटिग्रेटेड एअर कमांड अँड कंट्रोल सिस्टमने (आयएसीसीएस) पाकिस्तानचे सगळे हल्ले परतवले. त्याच बरोबर पिचोरा, ओएसए – एके, एलएलएडी गन्स, 'आकाश'सारखी स्वदेशी यंत्रणा आदी यंत्रणांचा वापर झाला असेही ह्यावेळी सांगण्यात आले.

नौदलानेही ह्या मोहिमेतील आपल्या योगदानाची माहिती यावेळी दिली. विमानवाहू नौकेवरील २९ के मिग व अर्ली वॉर्निंग हेलिकॉप्टरांनी शेकडो कि. मी. वरील संशयास्पद हालचालींवर लक्ष ठेवले होते. आमच्या शक्तिशाली सीबीजीने पाकिस्तानी विमानांना मकरान किनाऱ्यावर खिळवून ठेवले होते. आम्ही ठरवले असते तर हल्लाही चढवू शकलो असतो असे नौदलाच्या वतीने व्हाईस अ‍ॅडमिरल ए. एन प्रमोद म्हणाले. नौदलाने विस्तारित पल्ल्यावर अत्याधुनिक रडारच्या मदतीने लक्ष ठेवले. विविध तंत्रज्ञान व तंत्रांचा वापर करून ह्या क्षेत्रातील विमान किंवा इतर वस्तू ही व्यावसायिक, त्रयस्थ की शत्रूची आहे हे अचूक ओळखता येत होते असेही त्यांनी नमूद केले.

भारतीय लष्कराचे डीजीएमओ राजीव घई यांनी यावेळी सांगितले, ''पाकिस्तान के पाप का घडा भर चुका था!''

खरोखरच भारतीय हवाई दल, लष्कर, नौदल आणि इतर यंत्रणांनी 'ऑपरेशन सिंदूर' दरम्यान विलक्षण समन्वयाने काम केले. 'ऑपरेशन सिंदूर' नंतर लागलीच १६ मे रोजी सर्व यंत्रणांमध्ये गुप्तचर माहितीची आदानप्रदान करता यावी ह्यासाठी दिल्लीच्या नॉर्थ ब्लॉकमध्ये 'मल्टीएजन्सी सेंटर फॉर इंटेलिजेन्स शेअरिंग'चेही उद्घाटन करण्यात आले.

'ऑपरेशन सिंदूर' दरम्यान भारतीय हवाई दल आणि लष्कर यांनी बजावलेली कामगिरी सर्वांपुढे आली, परंतु भारतीय नौदलाने नेमके काय केले हे जनतेला अज्ञात राहिले होते. 'ऑपरेशन सिंदूर'च्या वेळी नौदलालाही पाकिस्तानातील लक्ष्ये ठरवून देण्यात आली होती व गरज पडल्यास ती लक्ष्ये भेदण्यास सांगण्यात आले होते. त्या अंतिम आदेशाची वाट नौदल पाहात होते, असे वृत्त एनडीटीव्हीने काही दिवसांनंतर वरिष्ठ नौदल अधिकाऱ्यांच्या हवाल्याने २७ जूनला दिले. कराची बंदरातील पाकिस्तानी पाणबुड्या आणि जहाजे ह्या भारतीय नौदलाच्या निशाण्यावर होत्या, तसेच काही जमिनीवरील लक्ष्येही निश्चित करण्यात आली होती असे त्यात नमूद करण्यात आले. आवश्यकता भासल्यास कराची बंदरातील पाकिस्तानी नौदलांची जहाजे क्षेपणास्त्रांद्वारे उडवून देण्याचीही नौदलाची तयारी होती. भारतीय नौदलाच्या युद्धनौका आणि पाणबुड्या हा हल्ला चढवणार होती, असेही त्यात नौदलाच्या वरिष्ठ अधिकाऱ्यांच्या हवाल्याने सांगण्यात आले..

पाकिस्तानी हवाई दलाच्या ११ प्रमुख तळांना क्षेपणास्त्रांनी उडवून दिले गेले.

९. रोटी खाओ, वरना मेरी गोली तो हैं

सोमवार दि. १२ मे रोजी बुद्धपौर्णिमेला पंतप्रधान नरेंद्र मोदी यांनी दूरचित्रवाणीवरून देशाला संबोधित केले. 'ऑपरेशन सिंदूर' नंतरचे हे पहिलेच संबोधन असल्याने संपूर्ण देशाला त्याबाबत उत्सुकता होती. 'ऑपरेशन सिंदूर ही ह्यापुढे भारताची नवी नीती राहील' हे पंतप्रधानांनी ठणकावून सांगितले. सैन्यदलांची ही मोहीम केवळ संस्थगित करण्यात आलेली आहे, 'ऑपरेशन सिंदूर' संपलेले नाही ह्याची जाणीवही पंतप्रधानांनी पाकिस्तानला करून दिली. व्यापार (ट्रेड) आणि चर्चा (टॉक्स) एकत्र होऊ शकत नाही. 'पाणी' आणि 'रक्त' एकत्र वाहू शकत नाही असे सांगताना त्यांनी पाकिस्तानला तीन खणखणीत इशारे दिले.

१. ह्यापुढे भारतावर दहशतवादी हल्ला झाल्यास आमच्या पद्धतीने, आमच्या अटींवर उत्तर देऊ.

२. यापुढे अण्वस्त्रांचे ब्लॅकमेलिंग मुळीच सहन केले जाणार नाही.

३. दहशतवादी हल्ल्यांचे सूत्रधार आणि त्यांचे पाकिस्तानस्थित पाठीराखे यांत यापुढे फरक केला जाणार नाही.

‘ऑपरेशन सिंदूर’ हे यापुढे भारताचे नवे धोरण राहील (‘न्यू नॉर्मल’) राहील हेही पंतप्रधानांनी स्पष्ट केले. ‘सिंदूर’ हे ह्या मोहिमेचे केवळ नाव नसून ह्या देशातील कोटी कोटी लोकांच्या भावनेचे प्रतिबिंब त्यात पडले आहे आणि ती ‘न्यायाची अखंड प्रतिज्ञा’ असल्याचे मोदींनी जाहीर केले. जेव्हा देश एक होतो, तेव्हा पोलादी निर्णय घेतले जातात, ह्याचे स्मरण करून देताना ते म्हणाले की ‘सीमापर वार’ हा यापुढे ‘सीनेपर वार’ समजला जाईल. चर्चा हवी असेल तर फक्त आणि फक्त पाकिस्तानव्याप्त काश्मीरवरच होईल. केवळ दहशतवादावरच होईल. शांतीचा मार्ग शक्तीद्वारे जातो याचीही पंतप्रधानांनी पाकिस्तानला जाणीव करून दिली.

केवळ देशाला संबोधित करून पंतप्रधान थांबले नाहीत. दुसऱ्या दिवशी १३ मे रोजी त्यांनी थेट आदमपूरचा भारतीय हवाई दलाचा तळ गाठला. पाकिस्तानने चालवलेल्या अपप्रचारामध्ये भारताचा आदमपूर हवाई तळ उद्ध्वस्त केल्याचे आणि तेथील एस ४०० हवाई संरक्षण प्रणाली निकामी केल्याचे दावे केले जात होते, त्यांचे निराकरण पंतप्रधानांची तेथील उपस्थिती आणि एस ४०० हवाई संरक्षण प्रणाली आणि लढाऊ विमानांच्या पार्श्वभूमीवर त्यांनी तेथील जवानांना संबोधित केले ह्यातूनच झाले. भारतीय हवाई दल, लष्कर आणि सीमा सुरक्षा दलाच्या जवानांना संबोधित करून ‘ऑपरेशन सिंदूर’दरम्यान त्यांनी गाजविलेल्या पराक्रमाचा पंतप्रधानांनी मुक्तकंठाने गौरव केला. पंतप्रधान गरजले, “पाकिस्तानच्या लष्कराला नक्कीच कळले असेल की दहशतवाद्यांना लपवायला आता आपल्याकडे जागाच उरलेली नाही!”

आदमपूर तळावर जवानांशी संवाद साधताना पंतप्रधान मोदी म्हणाले, “तुम्ही इतिहास घडवला आहे. प्रत्येक भारतीयाला अभिमान वाटेल अशी कामगिरी तुम्ही बजावली आहे. देशाच्या आजच्या आणि भावी पिढ्यांसाठी तुम्ही प्रेरणास्थान बनला आहात. पाकिस्तानला तुम्ही सुनावले आहे की तुमच्यापाशी असे एकही ठिकाण नाही की जिथे दहशतवादी ह्यापुढे बसून मोकळा श्वास घेऊ शकतील. आम्ही घरात घुसून त्यांना मारू आणि पळण्याची संधीही देणार नाही. आमचे ड्रोन आणि क्षेपणास्त्रांच्या विचाराने पाकिस्तान अनेक दिवस झोपणार नाही.”

पंतप्रधानांनी पुढे सांगितले, “दहशतवादाविरुद्धची भारताची लक्ष्मणरेषा आता स्पष्ट झाली आहे. पुन्हा दहशतवादी हल्ला झाला तर भारत उत्तर देईल. हा नवा भारत आहे. ह्या भारताला शांतता जरूर हवी आहे, पण जर मानवतेवर हल्ला होणार असेल, तर शत्रूला युद्धात कसा धडा शिकवायचा हेही भारताला पुरेपूर ठाऊक आहे. दहशतवादाच्या सूत्रधारांनाही आता कळलेले असेल की भारताकडे वाकड्या नजरेने पाहिले तर पदरी केवळ विद्ध्वंस असेल.”

त्या दिवशी राजधानी दिल्लीमध्ये सत्तर देशांच्या दूतावासांतील संरक्षण व लष्करी

अधिकाऱ्यांना भारताच्या 'न्यू नॉर्मल'ची माहिती देण्यात आली. चीन वगळता इतर सर्व प्रमुख देशांचे संरक्षण व लष्करी अधिकारी त्याला उपस्थित होते. भारताच्या डिफेन्स इंटेलिजन्स एजन्सीचे महासंचालक लेफ्टनंट जनरल डी. एस. राणा यांनी त्यांना दहशतवादासंदर्भात भारताने स्वीकारलेल्या नव्या कणखर भूमिकेची माहिती दिली.

अमेरिकेचे उपराष्ट्राध्यक्ष जे. डी. व्हान्स यांनी काश्मीरप्रश्नी अमेरिकेच्या मध्यस्थीची तयारी दर्शवली होती, त्यावर परराष्ट्र मंत्रालयाचे प्रवक्ते रणधीर जयस्वाल यांनी काश्मीर हा केवळ द्विपक्षीय विषय असल्याचे सांगून तो विषयही निकाली काढला.

पाकिस्तानवर टाकलेल्या क्षेपणास्त्रांनी जेवढे नुकसान केले, त्यापेक्षा भारताने उपसलेल्या सिंधू जलकरार संस्थगित ठेवण्याच्या जलास्त्राने अधिक व्यापक नुकसान होऊ शकते हे उमगलेल्या पाकिस्तानने सिंधू जलकरार संस्थगित ठेवण्याच्या निर्णयाचा फेरविचार करण्याची आर्जवे करणारे पत्र बुधवार १४ मे रोजी भारताला पाठवले. पाकिस्तानच्या जलसंसाधन मंत्रालयाच्या सचिवांच्या सहीने ही विनंती करण्यात आली. भारताने पाणी रोखल्यास भविष्यात पंजाब आणि सिंध प्रांतातील शेतीच्या सिंचनावर किती विपरीत परिणाम होतो हे ध्यानी आल्याने पाकिस्तानने ही धावाधाव केली. मात्र, पाकिस्तान जोवर दहशतवाद थांबवणार नाही, तोपर्यंत सिंधू जलकरार संस्थगितच राहील हे दुसऱ्या दिवशी भारताने पुन्हा एकवार स्पष्ट केले.

'ऑपरेशन सिंदूर' च्या चार दिवसांत पाकिस्तानकडून भारतावर झालेल्या ड्रोन हल्ल्यांच्या पार्श्वभूमीवर ड्रोनविरोधी भार्गवास्त्राची चाचणी १४ मे रोजी भारताने घेतली. गुरूवार, १५ मे रोजी संरक्षणमंत्री राजनाथसिंह यांनी 'पाकिस्तान हा एक दुष्ट देश असून त्याची अण्वस्त्रे असुरक्षित आहेत व ती दहशतवाद्यांच्या हाती पडू शकतात' ह्याकडेही जगाचे लक्ष वेधले. इंटरनॅशनल ॲटॉमिक एनर्जी एजन्सीने (आयएईए) पाकिस्तानच्या अण्वस्त्रांच्या असुरक्षित स्थितीवर विचार करावा असेही राजनाथसिंह यांनी बजावले.

ह्या दिवशी आणखी एक महत्त्वाची घडामोड घडली. भारत – पाकिस्तान संघर्षात पाकिस्तानच्या मदतीला न जाणाऱ्या आणि पहलगाम हल्ल्याचा निषेध नोंदवणाऱ्या अफगाणिस्तानमधील तालिबान राजवटीचे विदेशमंत्री एस. जयशंकर यांनी आवर्जून आभार मानले. अफगाणिस्तानचे हंगामी विदेशमंत्री अमीर खान मुत्तकी यांच्याशी जयशंकर बोलले. भारताने अफगाणिस्तानशी संधान जुळवलेले पाहताच पुढील काही दिवसांतच पाकिस्ताननेही अफगाणिस्तानमधील तालीबान राजवटीशी हातमिळवणी करण्यासाठी पावले उचलली. त्यासाठीची मध्यस्थी अर्थातच चीनने केली. ''अफगाणिस्तान आणि पाकिस्तानने राजनैतिक संबंध वृद्धिंगत करण्याची आणि लवकरात लवकर एकमेकांकडे राजदूत पाठविण्याची तयारी दर्शवली असून चीन ह्याचे स्वागत करीत आहे'' असे चीनच्या विदेशमंत्र्यांनी जाहीर केले. पुढे घाईघाईने ३० मे रोजी अफगाणिस्तानशी

अधिकृत राजनैतिक संबंध प्रस्थापित करण्याची घोषणा पाकिस्तानने करून टाकली. ह्याच पाकिस्तानने पूर्वी तेहरिक इ तालिबानला अफगाणिस्तानमधील राजवटीची फूस असल्याचा आरोप केला होता, परंतु अफगाणिस्तान भारताच्या निकट चालल्याचे पाहून पाकिस्तानने अफगाणिस्तानला पुन्हा जवळ करणे शहाणपणाचे मानले.

'ऑपरेशन सिंदूर' बाबत संपूर्ण देश भारतीय सैन्यदलांची प्रशंसा करीत असताना काँग्रेस पक्ष मात्र सरकारला घेरण्याच्या धडपडीत सतत दिसला. दहशतवादी तळांवर हल्ला करण्याआधी पाकिस्तानला कल्पना दिली होती असा आरोप राहुल गांधींनी विदेशमंत्री एस. जयशंकर यांच्यावर केला. जयशंकर यांनी तेव्हा उत्तर दिले नाही, पण पुढे २६ मे रोजी संसदीय समितीपुढे बोलताना राहुल गांधी यांच्या ह्या आरोपाला उत्तर दिले. दहशतवादी तळ उद्ध्वस्त केले गेल्यानंतर काही मिनिटांनी पाकिस्तानला त्याची कल्पना देण्यात आली होती हे जयशंकर यांनी स्पष्ट केले. वास्तविक विदेशमंत्री श्री. जयशंकर पाकिस्तानशी कधीच बोलले नव्हते. जे काही संभाषण झाले ते दोन्ही देशांच्या डीजीएमओंदरम्यान झाले होते. तरीही 'ऑपरेशन सिंदूर' संदर्भातील हे पक्षीय राजकारण पुढे सुरूच राहिले.

दरम्यान, आंतरराष्ट्रीय नाणेनिधीने पाकिस्तानला १.०२३ अब्ज डॉलरचे कर्ज मंजूर केले. दहशतवादी कारवायांत पाकिस्तान गुंतलेला स्पष्ट दिसत असताना आंतरराष्ट्रीय नाणेनिधीने हा निर्णय घेतल्याने संरक्षणमंत्री राजनाथसिंह यांनी भूज येथील भारतीय हवाई दलाच्या तळावरून बोलताना, आंतरराष्ट्रीय नाणेनिधीने अप्रत्यक्षपणे दहशतवादालाच मदत केल्याची खरमरीत टीका केली. पाकिस्तानला दिल्या गेलेल्या ह्या पैशातून, जैश ए महंमद, लष्कर ए तय्यबाचे भारताने उद्ध्वस्त केलेले तळ पुन्हा बांधले जातील अशी भीतीही त्यांनी यावेळी व्यक्त केली.

राजनाथ यांच्या थेट टीकेमुळे आंतरराष्ट्रीय नाणेनिधीला पाकिस्तानला पैशाच्या विनियोगाबाबत अकरा नव्या शर्ती घालणे भाग पडले.

१७ मे रोजी एका मोठ्या गोष्टीचा उलगडा झाला. ज्योती मल्होत्रा नामक एका यूट्यूब इन्फ्ल्युएन्सरला पाकिस्तानसाठी हेरगिरी करीत असल्याच्या आरोपावरून पकडण्यात आले. पाकिस्तानने भारतात विणलेल्या हेरगिरीच्या मोठ्या जाळ्याचा पर्दाफाश त्यामुळे पुढील काही दिवसांत होऊ शकला. पुढील चार पाच दिवसांत देशभरातून जवळजवळ बाराजणांना अटक झाली. पाकिस्तानचे एक मोठे षड्यंत्र त्यातून उजेडात आले.

गुरूवार दि. २२ मे रोजी पंतप्रधान नरेंद्र मोदी राजस्थानमध्ये होते. बिकानेरमध्ये अमृत भारत रेल्वेस्थानकाच्या उद्घाटनप्रसंगी त्यांनी पाकिस्तानला ठणकावले. प्रत्येक दहशतवादी हल्ल्याला कठोर प्रत्युत्तर देऊ असा स्पष्ट इशारा देताना 'मोदीचे डोके थंड असले तरी रक्त गरम आहे' याची जाणीव त्यांनी पाकिस्तानला करून दिली. 'सिंदूर' जेव्हा 'गन पावडर' बनते तेव्हा काय होते हे देशाने पाहिले आहेस, असेही पंतप्रधान उद्गारले. पाकिस्तानी

दहशतवादाला सजा देण्यात भारताला जगातील कोणतीही सत्ता रोखू शकणार नाही असे त्यांनी स्पष्टपणे सांगितले.

पाकिस्तान जर दहशतवादाविरुद्ध खरेच गंभीर असेल तर मौलाना मसूद अजहर आणि हाफीज सईद यांना भारताच्या हवाली करा असे आव्हान संरक्षणमंत्री राजनाथसिंह यांनी ३० मे रोजी पाकिस्तानला दिले, तर पाकिस्तानला भारताविरुद्ध लढण्यासाठी शस्त्रास्त्रे पुरविणाऱ्या चीन आणि तुर्कियेला भारत सरकारच्या विदेश मंत्रालयाचे प्रवक्ते रणधीर जयस्वाल यांनी फटकारले.

तुर्किये आणि अझरबैजान यांनी भारताविरुद्ध भूमिका घेतल्याचे जनतेला कळून चुकल्याने ह्या दोन्ही देशांच्या पर्यटक सहली रद्द करण्याचा सपाटाच भारतीयांनी लावला. दोन्ही देशांना ह्याचा जबरदस्त फटका बसला. गेल्या वर्षी २०२४ मध्ये तुर्कियेला ३.३ लाख पर्यटकांनी भेट दिली होती. ऑपरेशन सिंदूरदरम्यान तुर्कियेने पाकिस्तानची पाठराखण केल्याने मे महिन्यातच तुर्कियेच्या पर्यटकांत २४ टक्के घट दिसून आली. तुर्कियेची विविध क्षेत्रांतील कंत्राटे रद्द करण्याचा सपाटा भारतीय उद्योगसमूहांनी आणि सरकारने लावला. सदर कंपन्यांनी त्याबाबत न्यायालयात धाव घेण्याचा प्रयत्न केला, परंतु न्यायालयानेही राष्ट्रीय सुरक्षेच्या मुद्द्याकडे बोट दाखवीत त्यांना धुडकावले.

पाकिस्तानने भारताचा एवढा धसका घेतला होता की २३ मे रोजी इंडिगोचे दिल्ली - श्रीनगर वादळात सापडले तेव्हा पाकिस्तानने आपली हवाई वापरू देण्यास नकार दर्शवला. ह्या विमानप्रवाशांचे प्राण संकटात सापडू शकतात ह्याची जाणीवही पाकिस्तानने ठेवली नाही.

रविवार दि. २५ मेच्या आपल्या 'मन की बात' मध्ये पंतप्रधान नरेंद्र मोदी यांनी सांगितले, ''ऑपरेशन सिंदूरचे यश हे केवळ भारताचे लष्करी यश नाही. त्याने भारतात बनवल्या गेलेल्या शस्त्रास्त्रांची ताकदही जगाला दाखवून दिली आहे.'' शस्त्रास्त्रांच्या बाबतीत देशाला आत्मनिर्भर बनवणाऱ्या देशातील तंत्रज्ञांप्रती व अभियंत्यांप्रती त्यांनी ह्या आपल्या १२२ व्या 'मन की बात'मध्ये कृतज्ञता व्यक्त केली. देशाला संरक्षणक्षेत्रातही आत्मनिर्भर बनवण्यास चालना देण्यासाठी लोकांनी अशा उत्पादनांची प्राधान्यक्रमाने निर्मिती करण्याची शपथ घ्यावी असे आवाहनही पंतप्रधानांनी यावेळी केले. 'ऑपरेशन सिंदूर' हा बदलत्या भारताचा चेहरा असल्याचे त्यांनी नमूद केले.

खरोखरच 'ऑपरेशन सिंदूर' दरम्यान देशी बनावटीच्या शस्त्रास्त्रांनी मोठी कामगिरी बजावली. मग ती देशात बनवली गेलेली ड्रोन असोत, क्षेपणास्त्रे असोत अथवा हवाई संरक्षण प्रणाली.

भारताच्या हवाई संरक्षणप्रणालीची कमाल पाकिस्तानच्या हवाई हल्ल्यांवेळी दिसून आली. भारतीय हवाई दलाची इंटिग्रेटेड कमांड अँड कंट्रोल सिस्टम (आयएसीईएस)

विलक्षण प्रभावी ठरली. भारत इलेक्ट्रॉनिक्स लिमिटेडद्वारा विकसित ह्या प्रणालीअंतर्गत रडार, कंट्रोल सेंटर्स, लढाऊ विमाने, क्षेपणास्त्रे, दारूगोळा, इलेक्ट्रॉनिक वॉरफेअर सिस्टम आदींचा समन्वय साधला जातो. रशियन बनावटीच्या एस – ४०० हवाई संरक्षण प्रणालीला इस्रायलने पुरवलेल्या बराक, स्पायडर, तसेच भारतीय बनावटीच्या आकाश, आकाशतीर सारख्या प्रणालींनी सक्रिय साथ दिली आणि पाकिस्तानचे हल्ले निष्फळ बनवले. पाकिस्तानने मारा केलेली तब्बल सहाशे ड्रोन व यूएव्ही भारतीय हवाई संरक्षण प्रणालीने हवेतल्या हवेत उडवून दिली. चिनी बनावटीची पीएल १५ एअर टू एअर क्षेपणास्त्रे आणि तुर्कियेने पुरवलेली यूएव्ही आणि लांब पल्ल्याची क्षेपणास्त्रे व क्वाडकॉप्टर्स भारतीय हवाई संरक्षण प्रणालीने हवेतल्या हवेत नष्ट केली.

एस ४०० हवाई संरक्षण प्रणालीच्या ह्या विलक्षण यशामुळे भारताने आपल्या उर्वरित स्क्वॉड्रन सन २०२७ पर्यंत मिळाव्यात ह्यासाठी रशियाशी बोलणी लावली. २०१८ मध्ये भारताने रशियाशी ह्या हवाई संरक्षण प्रणालीसाठी चाळीस हजार कोटींचा करार केलेला होता. सन २०२३ पर्यंत रशियाकडून आपल्याला एस ४०० च्या पाच स्क्वॉड्रन मिळणार होत्या, परंतु युक्रेन रशिया युद्धामुळे त्यात विलंब झाला होता. चौथी आणि पाचवी स्क्वॉड्रन लवकरात लवकर देण्याची ग्वाही रशियाचे संरक्षणमंत्री आंद्रे बेलासोव यांनी चीनमध्ये आपल्या संरक्षणमंत्र्यांशी झालेल्या भेटीत २६ जूनला दिली.

बराक ८ एमआर सॅम म्हणजे सरफेस टू एअर क्षेपणास्त्रे ही ३० हजार कोटींच्या प्रकल्पांतर्गत इस्रायलच्या मदतीने विकसित करण्यात आली होती. ७० कि. मी. पर्यंत मारा करू शकणाऱ्या ह्या क्षेपणास्त्रांचा समावेश तिन्ही सैन्यदलांनी आपल्या शस्त्रास्त्रांमध्ये यापूर्वीच केला आहे.

आकाश १ आणि आकाश २ ह्या स्वदेशी प्रणालींच्या पंधरा स्क्वॉड्रन १०,९०० कोटी खर्चून भारतीय हवाई दलाने सामील करून घेतल्या आहेत. लष्कराकडेही आकाशच्या चार रेजिमेंट आहेत आणि आणखी सामील करून घेतल्या जाणार आहेत.

स्पायडर ही इस्रायलच्या मदतीने विकसित केलेली विमानविरोधी क्षेपणास्त्रप्रणाली पंधरा कि. मी. पर्यंत मारा करू शकते. वरील प्रणालींबरोबरच जवळजवळ एक हजार एअर डिफेन्स गन्स आणि साडेसातशे सॅम म्हणजे लघु ते मध्यम पल्ल्याची सरफेस टू एअर क्षेपणास्त्रे, याचबरोबर जुन्या एल ७० विमानविरोधी गन्स, झेडयू २३ एमएम ट्वीन बॅरल गन, अपग्रेडेड स्किल्का आणि आकाश हवाई संरक्षण प्रणाली या सर्वांच्या विविध पातळ्यांवरील हवाई संरक्षण प्रणालीला भेदणे पाकिस्तानला निव्वळ अशक्य ठरले. पाकिस्तानी यूएव्ही आणि तुर्कियेने पाकला दिलेली बायकर यीहा ३ कामीकाझे ड्रोन आकाशतीरने उडवून दिली. जमिनीवरील रडार व आकाशातील एअरबॉर्न वॉर्निंग अँड कंट्रोल सिस्टम्स (अॅवॅक्स) तसेच ड्रोनविरोधी हवाई संरक्षण प्रणाली व मॅनपॅडस् म्हणजे मॅन

पोर्टेबल एअर डिफेन्स गन्स यांचा पहिला स्तर, छोट्या व मध्यम पल्ल्याची सॅम म्हणजे सरफेस टू एअर क्षेपणास्त्रे व पॉईंट एअर डिफेन्स यांचा दुसरा व तिसरा स्तर आणि लांब पल्ल्याच्या ब्राह्मोस आदी क्षेपणास्त्रांचा चौथा स्तर या बहुस्तरीय प्रणालीने पाकिस्तानला भारताचा केसही वाकडा करू दिला नाही.

भारताने चढवलेल्या हवाई हल्ल्यांमध्ये ब्राह्मोस क्षेपणास्त्रांनी आपली कमाल दाखवली. आपली डीआरडीओ आणि रशियाची एनपीओ मशीनस्त्रोयेनिया (एनपीओएम) यांच्या संयुक्त विद्यमाने ब्राह्मोस एअरोस्पेस प्रा. लि. मार्फत विकसित केलेल्या ह्या क्षेपणास्त्रांचे नावच मुळात ब्रह्मपुत्रा आणि मॉस्कोवा नद्यांवरून दिलेले आहे. ह्या क्षेपणास्त्रांचा विशेष म्हणजे त्यांचा पाणबुड्या, जहाजे, विमाने वा जमिनीवरून मारा करता येतो. आपल्या सुखोई ३० विमानांमध्ये लांब पल्ल्याची ब्राह्मोस क्षेपणास्त्रे बसवण्यात आलेली आहेत. आता तर त्यांना हायपरसॉनिक बनवण्याचे प्रयत्न चालले आहेत. हायपरसॉनिक स्क्रॅमजेट तंत्रज्ञानावर आधारित हायपरसॉनिक ब्राह्मोस २ बनवण्यात यश आले, तर जमिनीखालील आण्विक तळ उद्ध्वस्त करण्याची क्षमताही भारताला प्राप्त होईल. अमेरिकेने इराणचे आण्विक तळ उद्ध्वस्त करताना जे बंकरबस्टर बॉम्ब वापरले, त्याच प्रकारची ही क्षमता असेल. हैदराबाद, थिरुवनंतपुरम येथे ब्राह्मोसची निर्मिती केली जाते. विशेष म्हणजे ऑपरेशन सिंदूर सुरू असतानाच लखनौमध्ये संरक्षणमंत्री राजनाथसिंह यांच्या हस्ते ब्राह्मोस निर्मितीच्या तिसऱ्या प्रकल्पाचेही उद्घाटन करण्यात आले.

आकाश हा भारत डायनॅमिक्स लि. व डीआरडीओचा संयुक्त प्रकल्प. कमी पल्ल्याची सरफेस टू एअर क्षेपणास्त्रे त्याअंतर्गत येतात. बहुस्तरीय हवाई संरक्षण प्रणालीचा ती भाग आहेत. एकाचवेळी पंचवीस कि. मी. अंतरावरील चार लक्ष्यांचा भेद करण्याची क्षमता त्यात आहे. आकाश एनजी ही क्षेपणास्त्रे ८० कि. मी. पर्यंत जाऊ शकतात. शत्रूच्या क्षेपणास्त्रांचे जॅमिंग करण्याची क्षमता त्यात आहे. शत्रूची द्रोन, क्षेपणास्त्रे आणि लढाऊ विमाने रोखण्यात आकाशने महत्त्वाची भूमिका बजावली. डीआरडीओची डी ४ अँटी द्रोन सिस्टम ही तर द्रोन डिटेक्ट डीटर अँड डिस्ट्रॉय असे लेझर आधारित तंत्रज्ञानाच्या मदतीने द्रोन व अनमॅन्ड कॉम्बॅट एरियल वेहिकल (यूसीएव्ही) च्या टोळधाडी रोखू शकते.

द्रोनमध्ये अनेक प्रकार असतात. साध्या व्यावसायिक वापराच्या द्रोनव्यतिरिक्त टेहळणीसाठी वापरली जाणारी आयएसआर द्रोन, सशस्त्र किंवा युद्धात वापरायची यूसीएव्ही, लॉयटरिंग म्युनिशन्स म्हटले जाते ती कामिकाझे द्रोन असे त्यांचे अनेक प्रकार आहेत. कारगील युद्धावेळी भारताने प्रथम द्रोनचा वापर केला होता. इस्रायलने तेव्हा भारताला ही द्रोन पुरवली होती. इस्रायलकडून भारताने नंतर हेरॉन द्रोन विकत घेतली. एमके २ टॅक्टिकल द्रोन व हेरॉन मीडियम अल्टिट्यूड लाँग एंड्युरन्स द्रोनची खरेदीही भारताने केली. इस्रायलने भारताला हार्पी अँटीरडार द्रोनही पुरविली. २००९ साली भारताने

इस्रायलकडून १०० दशलक्ष डॉलरची नवी हॅरॉन ड्रोन खरेदी केली. २०२१ पर्यंत हेरॉन टीपी मार्क २ ड्रोनही भारताच्या ताब्यात आली. गेल्या ऑक्टोबरमध्ये भारताने ३० एमक्यू ९ रीपर आर्म्ड ड्रोनही विकत घेतली.

ह्याशिवाय स्वदेशी बनावटीच्या ड्रोनची निर्मितीही भारतात मोठ्या प्रमाणावर सुरू आहे.

एकेकाळी संरक्षणक्षेत्रासाठी आयातीवर अवलंबून असलेला आपला देश आज संरक्षणक्षेत्रात आपल्या उत्पादनांची निर्यात करतो आहे. २०१३ - १४ मध्ये भारताची संरक्षणक्षेत्रातील निर्यात ६८६ कोटी रुपयांची होती. तीच २०२४-२५ मध्ये २३६२२ कोटींची म्हणजे तब्बल ३४ टक्क्यांनी वाढलेली दिसून येते. जगभरातील ऐंशी देश भारताकडून शस्त्रास्त्रे विकत घेतात. सन २०२९ पर्यंत ही निर्यात पन्नास हजार कोटींवर नेण्याचे भारताचे लक्ष्य आहे.

देशांतर्गत संरक्षण उत्पादनात खासगी क्षेत्राचा मोठा सहभाग घेण्यात आला आहे. टाटा ॲडव्हान्स्ड सिस्टम्स रडार, क्षेपणास्त्रे, यूएव्ही बनवते. अल्फा डिझाईन टेक्नॉलॉजीस रडार व उपग्रहाचे सुटे भाग बनवते, पारस डिफेन्स अँड स्पेस टेक्नॉलॉजीस इलेक्ट्रॉनिक वॉरफेअर व ड्रोनची निर्मिती करते. लार्सन अँड ट्यूब्रोने सरकारशी रडारनिर्मितीचा १३ हजार कोटींचा करार केला आहे. अदानी डिफेन्स अँड एअरोस्पेस क्षेपणास्त्रे आणि दारूगोळानिर्मिती करते. सोलर इंडस्ट्रीजने 'नागास्त्र'ची निर्मिती केली आहे. गरूडा एअरोस्पेसने 'जटायू' बनविले आहे. वेगवेगळ्या स्वदेशी उत्पादनांनी आणि तंत्रज्ञानांनी भारतीय संरक्षणक्षेत्राला आत्मनिर्भर करण्यात मोठी भूमिका बजावली आहे. ड्रोन फेडरेशन ऑफ इंडियाखाली साडेपाचशे कंपन्या आहेत आणि सन २०३० पर्यंत भारत हे ड्रोन निर्मितीचे जागतिक केंद्र बनविण्याचा त्यांचा संकल्प आहे. 'दिगंतर', 'पिक्सेल', 'ध्रुव' अशा अनेक एआय आधारित प्रणाली बनविण्याचे काम सुरू आहे. 'ऑपरेशन सिंदूर' ने ह्या देशांतर्गत उत्पादनांचे संरक्षणक्षेत्रातील महत्त्व अधोरेखित केले हे निर्विवाद.

आधुनिक युद्धांमधील ड्रोन व यूएव्हीचे महत्त्व लक्षात घेऊन २३ जून रोजी लष्कराने जवळजवळ दोन हजार कोटींच्या तेरा कंत्राटांना आपत्कालीन खरेदी योजनेखाली मंजुरी दिली. इंटिग्रेटेड ड्रोन डिटेक्शन सिस्टम्स, लो लेव्हल लाईटवेट रडार, व्हेरी शॉर्ट रेंज एअर डिफेन्स सिस्टम लाँचर्स, रिमोट पायलटेड एरियल वेहिकल्स, व्हीटॉल म्हणजे व्हर्टिकल टेक ऑफ सिस्टम्स वगैरे वगैरेंचा त्यात समावेश आहे. संरक्षण मंत्रालयाने तिन्ही सैन्यदलांना त्यांच्या वार्षिक अंदाजपत्रकाच्या पंधरा टक्के आपत्कालीन खरेदीस मुभा दिली.

'ऑपरेशन सिंदूर' मध्ये उपग्रह टेहळणीचे महत्त्व लक्षात आल्याने भारताने आता खास संरक्षणक्षेत्रासाठी ५२ उपग्रह अंतराळात पाठवण्याचाही निर्णय घेतला आहे. २६,९६८ कोटींच्या एसबीएस म्हणजे स्पेस बेस्ड सर्व्हेलन्स फेज ३ ला गतवर्षी मान्यता देण्यात आली होती. आता इस्रोकडून २१ आणि तीन खासगी कंपन्यांकडून ३१ असे एकूण

५२ उपग्रह पुढील वर्षीच्या एप्रिलपर्यंत अंतराळात पाठविण्यात येणार आहेत. 'ऑपरेशन सिंदूर'दरम्यान शत्रूच्या हालचालींचा वेध घेण्यासाठी 'कार्टोसॅट' सारख्या उपग्रहाची भारतीय लष्कराला खूप मदत झाली होती. ११ मे रोजी इस्रोचे अध्यक्ष व्ही. नारायणन यांनी स्पष्ट केले होते की भारताचे दहा उपग्रह केवळ संरक्षणक्षेत्रात भारताच्या सीमा सुरक्षित ठेवण्यासाठी अखंड कार्यरत आहेत.

सोमवार दि. २६ मे रोजी पंतप्रधान नरेंद्र मोदी सरकारने सत्तेतील अकरा वर्षे पूर्ण केली. त्या दिवशी ते गुजरात दौऱ्यावर होते. 'ऑपरेशन सिंदूर' नंतरचा आपल्या मायभूमीतील त्यांचा हा पहिलाच दौरा असल्याने तेथे त्यांचे जंगी स्वागत झाले. वडोदऱ्यात त्यांच्या स्वागतार्थ जमलेल्या गर्दीत कर्नल सोफिया कुरेशीचे कुटुंबीय थांबलेले पाहून मोदींनी ताफा थांबवला व आवर्जून त्यांची भेट घेतली. भुजमधील सभेमध्ये पंतप्रधानांनी पाकिस्तानी आम जनतेलाच साद घातली. ते म्हणाले, ''पाकिस्तानला दहशतवादाच्या रोगातून मुक्त करण्यासाठी आता पाकिस्तानच्या आम जनतेलाच पुढे यावे लागेल. तरुणांना पुढे व्हावे लागेल.''

मोदींनी पाकिस्तान्यांना बजावले, ''सुख, चैन की जिंदगी जिओ और रोटी खाओ। वरना मेरी गोली तो है ही।''

ते पुढे म्हणाले,''पाकिस्तान दहशतवादाविरुद्ध पाऊल उचलतो का ह्याची आम्ही पंधरा दिवस वाट पाहिली. त्यांनी काहीच केले नाही, तेव्हा मी सैन्याला मुक्तहस्त दिला. पाकिस्तानच्या जनतेला मी विचारू इच्छितो, 'तुम्ही काय मिळवलेत?' भारत आज जगातील चौथी मोठी अर्थव्यवस्था बनलेला आहे. तुमची स्थिती काय आहे? तुमच्या मुलांचे भवितव्य का बिघडवता आहात? तुमचे सरकार आणि तुमचे लष्कर दहशतवादाची पाठराखण करीत आहेत. ते त्यांच्या उत्पन्नाचे साधन बनले आहे. पाकिस्तानच्या युवकांनी आणि मुलांनी ठरवायचे आहे की ते योग्य मार्गावर आहेत की नाहीत!'' दहशतवाद हे पाकिस्तानसाठी आता 'प्रॉक्सी वॉर' राहिलेले नसून ती त्यांची युद्धनीती बनलेली आहे हेही पंतप्रधानांनी ठासून सांगितले.

विदेशमंत्री एस. जयशंकर तीन दिवसांच्या युरोप दौऱ्यावर असताना त्यांनी एक मुलाखत दिली, त्यात पाकिस्तानमध्ये दहशतवाद हा खुलेआम व्यवसाय बनला आहे, ज्याची पाठराखण, आर्थिक पाठबळ, संघटनात्मक मदत आणि वापर तेथील सरकार व लष्कर करते, अशी टीका त्यांनी केली. तणाव निवळण्यातील अमेरिकेच्या भूमिकेसंबंधी विचारल्या गेलेल्या प्रश्नावर दोन्ही देश आण्विक संघर्षाच्या पातळीवर पोहोचलेले नव्हते हे त्यांनी स्पष्ट तर केलेच, परंतु युद्धविरामाचे श्रेय अमेरिकेला न देता भारतीय सैन्यदलांना दिले. जयशंकर म्हणाले, ''मी भारतीय सैन्यदलांना धन्यवाद देईन, कारण त्यांच्या कारवाईमुळे पाकिस्तानला म्हणणे भाग पडले की आम्ही थांबायला तयार आहोत!''

१०. युद्धविरामाचे श्रेय ट्रंपनी उपटले

'ऑपरेशन सिंदूर' जसे त्याच्या अभूतपूर्व स्वरूपामुळे भारतीय जनतेच्या सदैव स्मरणात राहील, तसेच त्या नावाला असलेला विलक्षण भावपूर्ण संदर्भ आणि त्याच्या समर्पक बोधचिन्हामुळे देखील. भारताने जेव्हा पाकिस्तान आणि पाकिस्तानव्याप्त जम्मू काश्मीरमधील दहशतवादी तळ उद्ध्वस्त केले, त्याच रात्री म्हणजे सहा/सात मेच्या रात्री भारतीय लष्कराच्या सोशल मीडियावर जो संदेश झळकला, त्यातच हे वैशिष्ट्यपूर्ण बोधचिन्ह वापरले गेले होते. कुंकवाचा करंडा आणि त्यातून सांडलेली पिंजर किंवा 'सिंदूर' ह्याचे हे अत्यंत समर्पक बोधचिन्ह लेफ्टनंट कर्नल हर्ष गुप्ता आणि हविलदार सुरिंदर सिंग यांनी तयार केले होते. बैसरानमध्ये ज्यांच्या भांगातील 'सिंदूर' पुसला गेला, त्यांना न्याय देणाऱ्या त्या विलक्षण मोहिमेचे सगळे सार त्या बोधचिन्हात उमटले आहे. भारतीय लष्करातर्फे 'बातचीत' नावाचे एक नियतकालिक प्रकाशित केले जाते. २७ मे रोजी त्याचा नवा अंक आला, त्यातून 'ऑपरेशन सिंदूर'च्या ह्या बोधचिन्हाच्या निर्मात्यांमागील नावे उजेडात आली.

'बातचीत'च्या त्या अंकात पान क्र. ११ वर प्रसिद्ध झालेल्या एका छायाचित्रानेही जगाचे लक्ष वेधून घेतले. त्यामध्ये लष्करप्रमुख उपेंद्र द्विवेदी हे पाकिस्तानवर हवाई

हल्ले सुरू असताना ते जातीने पाहताना दिसले. त्या छायाचित्रावर वेळ दर्शवलेली होती सात मे २०२५, पहाटे १ वाजून ५ मिनिटे! म्हणजे पाकिस्तानात चाललेले हल्ले लष्करप्रमुख रिअल टाइममध्ये लष्कराच्या वॉररूममध्ये बसून पाहत होते.

२७ मे रोजी भारत आणि पाकिस्तानच्या डायरेक्टर जनरल ऑफ मिलिटरी ऑपरेशन्सची युद्धविरामासंबंधी पुन्हा बोलणी झाली. भारताच्या वतीने डीजीएमओ लेफ्टनंट जनरल राजीव घई हे पाकिस्तानचे डीजीएमओ मेजर जनरल कशीफ अब्दुल्ला यांच्याशी बोलले.

एकीकडे पाकिस्तान भारताला युद्धविरामाबाबत आश्वस्त करीत असताना तिकडे पाकिस्तानचे पंतप्रधान शाहबाज शरीफ हे मात्र स्वतः इराणसह तुर्किये, अझरबैजान आदी चार देशांच्या भेटीवर गेले होते. जागतिक स्तरावर एकाकी पडल्याने पाठिंब्याची चाचपणी करण्यासाठी त्यांच्यासाठी हा दौरा अपरिहार्यही होता म्हणा.

तुर्किये आणि इराणमध्ये ते आवर्जून गेले. इराणचे प्रमुख आयातुल्ला खमेनेई यांची भेट घेतल्यानंतर शरीफ यांनी घोषणा केली, ''पाकिस्तान काश्मीरसह सर्व प्रश्नांवर भारताशी चर्चा करायला तयार आहे.'' परंतु आता चर्चा व्हायची असेल तर ती केवळ पाकिस्तानव्याप्त काश्मीरवर हे भारताने केव्हाच स्पष्ट केलेले होते.

केंद्रीय गृहमंत्री अमित शहा त्या दिवशी मुंबईत भुलेश्वरच्या लक्ष्मीनारायण मंदिराच्या पन्नासाव्या स्थापनादिनास उपस्थित होते. त्यांनी पाकिस्तानव्याप्त काश्मीर परत घेण्याचा भारताचा मनोदय पुन्हा एकदा स्पष्ट केला. ''पाकिस्तानव्याप्त काश्मीर परत मिळवीपर्यंत भारतीय लष्कराने थांबायला नको होते असे सरदार पटेल यांचे मत होते, पण त्यांचा सल्ला तेव्हा नेहरूंनी ऐकला नाही. पाकिस्तान आणि दहशतवाद्यांना त्यामुळे रक्ताची चटक लागली'' असे शहा उद्गारले. यावेळी त्यांनी 'देवदास' चित्रपटातील प्रसिद्ध संवादाचा संदर्भ घेत आपल्या भाषणात सांगितले, ''एक चुटकी सिंदूरची किंमत काय असते हे आम्ही आता पाकिस्तानला दाखवून दिले आहे!''

''आम्ही नुसता सिंधू जल करार संस्थगित केला, तर पाकिस्तानला घाम फुटला'' अशी टीका पंतप्रधान मोदींनीही २७ मे रोजी केली. काश्मीरमधील धरणे स्वच्छ करायची नाहीत असे सिंधू जलकरारात ठरवण्यात आले होते. हा करार झाल्यापासून आजवर गाळ स्वच्छ करण्यासाठी देखील ह्या धरणाची खालची दारे कधीच उघडली गेली नव्हती, परिणामी जलाशयांच्या क्षमतेच्या दोन ते तीन टक्के वापरच होऊ शके, ह्याकडे पंतप्रधानांनी देशाचे लक्ष वेधले.

'ऑपरेशन सिंदूर' नंतर भारताची भूमिका जगाला समजावून देण्यासाठी भारताने भरपूर प्रयत्न केले. २२ एप्रिलला बैसरान हल्ल्यानंतर पंतप्रधान नरेंद्र मोदी यांचे अमेरिकेचे राष्ट्राध्यक्ष डोनाल्ड ट्रम्प यांच्याशी फोनवर बोलणे झाले होते. सौदी अरेबियाच्या प्रमुखांशी त्यांची प्रत्यक्ष चर्चा झाली होती.

त्यानंतर २३ एप्रिलला विदेशमंत्री एस. जयशंकर यांनी ऑस्ट्रेलिया, नेपाळ, मॉरिशसच्या पंतप्रधानांशी, २४ एप्रिलला फ्रान्स, इस्रायल, जपान, इटली, ईजिप्तच्या पंतप्रधानांशी, जॉर्डनच्या राजाशी बातचीत केली.

२५ एप्रिलला पंतप्रधानांचे ब्रिटनचे पंतप्रधान, श्रीलंकेचे राष्ट्राध्यक्ष, नेदरलँडचे पंतप्रधान यांच्याशी बोलणे झाले.

२६ एप्रिलला जयशंकर ईजिप्तच्या विदेशमंत्र्यांशी बोलले. पंतप्रधान मोदींनी इराण आणि संयुक्त अरब अमिरातीच्या प्रमुखांना भारताची भूमिका समजावून दिली.

२७ एप्रिलला जयशंकर ब्रिटनच्या विदेशमंत्र्यांशी बोलले. युरोप, आफ्रिका, पश्चिम आशिया, अमेरिका, रशिया, संयुक्त राष्ट्रांचे महासचिव ह्या सर्वांपर्यंत भारताने सातत्याने आपली भूमिका पोहोचवली.

एक मे रोजी जयशंकर दक्षिण कोरियाच्या विदेशमंत्र्यांशी बोलले. राजनाथसिंह यांनी अमेरिकेच्या संरक्षणमंत्र्यांशी बातचीत केली.

पाच मे रोजी पंतप्रधान मोदी रशियाचे अध्यक्ष व्लादिमीर पुतीन यांच्याशी बोलले,

सहा मे रोजी पंतप्रधानांनी कतारच्या अमीरशी चर्चा केली. लात्वियासारख्या छोट्या देशाच्या विदेशमंत्र्याशी देखील बोलायला जयशंकर यांनी कमी केले नाही.

भारताने सहा मेच्या उत्तररात्री पाकिस्तानातील दहशतवादी तळांना लक्ष्य केले. त्यानंतर दोन्ही देशांमध्ये जो संघर्ष उफाळला, त्याचे खापर भारताच्या माथी फुटू नये ह्यासाठीच युद्धविराम समझोत्यानंतर मोदी सरकारने पुन्हा एकवार 'ग्लोबल आऊटरीच मोहीम' आखण्याचा, पाकिस्तानकडून चाललेली दहशतवादाची पाठराखण जगापुढे उघडी पाडण्यासाठी देशोदेशी सर्वपक्षीय शिष्टमंडळे पाठवण्याचा महत्त्वपूर्ण निर्णय घेतला.

भारतीय जनता पक्षाबरोबरच विरोधी काँग्रेस, तृणमूल काँग्रेस, द्रमुक, राष्ट्रवादी काँग्रेस, समाजवादी पक्ष, संयुक्त जनता दल, बीजू जनता दल, शिवसेना (उद्धव बाळासाहेब ठाकरे), मार्क्सवादी कम्युनिस्ट पक्ष आदी पक्षांच्या प्रतिनिधींचे दहा दिवसांचे दौरे विविध देशांना आखण्यात आले. विविध राजकीय पक्षांच्या सात नेत्यांकडे ह्या शिष्टमंडळांचे नेतृत्व स्वतंत्रपणे देण्यात आले. रविशंकर प्रसाद (भाजप), शशी थरूर (काँग्रेस), सुप्रिया सुळे (राष्ट्रवादी काँग्रेस - शरद पवार), एम. के. कनिमोळी (द्रमुक), बैजयंत पांडा (भाजप), संजयकुमार झा (काँग्रेस) आणि श्रीकांत शिंदे (शिवसेना शिंदेगट) यांची त्यांच्या नेतेपदी निवड करण्यात आली.

बुधवार दि. २१ मे पासून ह्या 'डिप्लोमॅटिक आऊटरीच' दौऱ्यास व भेटीगाठींना प्रारंभ झाला. विविध देशांचे राजकीय नेते, थिंक टँक, शिक्षणक्षेत्र, नागरी समाज, प्रसारमाध्यमे यांच्या वरिष्ठ प्रतिनिधींशी ह्या सर्वपक्षीय नेत्यांनी त्यांच्या देशात जाऊन संवाद साधला आणि पाकिस्तानकडून चाललेल्या दहशतवादाच्या पाठराखणीचा पर्दाफाश केला.

अर्थात, भारताची जागतिक प्रतिमा सुधारण्यासाठी सरकारने उचललेल्या ह्या पावलामध्ये भारतातील काही राजकीय पक्षांना राजकारण दिसलेच. सरकारच्या 'ग्लोबल आऊटरीच' शिष्टमंडळांस उद्धव ठाकरेंच्या शिवसेनेने 'बारात' संबोधल्याने, ''बाळासाहेब ठाकरे आज जिवंत असते, तर 'ऑपरेशन सिंदूर' साठी त्यांनी मोदींनी मिठी मारली असती,'' असे प्रत्युत्तर अमित शहांनी दिले. आपण सरकारला सुचवलेली नावे वगळून शशी थरूर यांची निवड सरकारने केल्याबद्दल काँग्रेसने आक्षेप घेतला. पण सरकारच्या ह्या 'ग्लोबल आऊटरीच' मोहिमेला खरे गाजवले ते शशी थरूर यांनीच. कोलंबियाने भारताच्या हल्ल्यांचा निषेध नोंदवला होता, परंतु थरूर यांनी कोलंबिया भेटीत भारताची भूमिका मांडल्यानंतर कोलंबियाने आपली भूमिका बदलली आणि भारताला पाठिंबा दिला.

अमेरिकेतही थरूर यांनी भारताची बाजू बळकटपणे मांडली. ''पाकिस्तान कुरापत काढील तर किंमत मोजावी लागेल'' असे थरूर यांनी तेथे स्पष्ट केले. ''पाकिस्तानात बसलेल्या कोणाला वाटत असेल की आपण सहज सीमेपार जाऊन भारतीय नागरिकांना ठार मारू, तर ते खपवून घेतले जाणार नाही'' ह्याची जाणीव थरूर यांनी करून दिली.

'ग्लोबल आऊटरीच' उपक्रमात सहभागी होऊन आल्यानंतर थरूर यांनी २३ जूनच्या 'द हिंदू' मध्ये लेख लिहून भारत सरकारच्या या उपक्रमाची फलश्रुती मांडली. जागतिक दृष्टिकोनाला आकार देण्यात आणि भारताला आंतरराष्ट्रीय पाठिंबा मिळवून देण्यात ह्या उपक्रमाने महत्त्वाची भूमिका बजावली असल्याचे त्यांनी त्यात नमूद केले. राष्ट्रीय एकजुटीची ताकद ह्यातून दिसून आली. वेगवेगळ्या प्रांतांतील, धर्मांचे, पक्षांचे खासदार एकत्र येऊन सांगत आहेत ह्यामध्येच एक संदेश अंतर्भूत होता असे त्यांनी लिहिले. भारत जेव्हा एकत्र येतो, तेव्हा आपल्याला जे सांगायचे आहे ते स्पष्टपणे आणि खात्रीपूर्वक आंतरराष्ट्रीय व्यासपीठांवर सांगू शकतो हे ह्या उपक्रमातून दिसले असेही थरूर यांनी स्पष्ट केले.

आंतरराष्ट्रीय मुत्सद्देगिरीचा पूर्वानुभव असलेल्या थरूर यांच्या सहभागामुळे सरकारच्या 'ग्लोबल आऊटरीच' मोहिमेला अर्थपूर्णता प्राप्त झाली.

मात्र, थरूर यांच्या स्वतःच्या पक्षानेच त्यांच्याविरुद्ध मोहीम उघडली. थरूर आणि सहकारी काँग्रेस नेत्यांत शाब्दिक संघर्षही झाला. '२०१६ मध्ये उरी हल्ल्यानंतर भारताने प्रथमच प्रत्यक्ष नियंत्रणरेषा ओलांडून सर्जिकल स्ट्राईक केला' ह्या थरूर यांच्या विधानाला काँग्रेस नेत्यांनी आक्षेप घेताना २०१८ मधील थरूर यांच्या 'पॅराडॉक्सीकल प्राईम मिनिस्टर : मि. नरेंद्र मोदी अँड हीज इंडिया' ह्या पुस्तकात मोदी हे सर्जिकल स्ट्राईकचे 'शेमलेस एक्स्प्लॉयटेशन' करीत असल्याचा आरोप थरूर यांनी केला होता, तो दाखला काँग्रेस नेते पवन खेरा यांनी दिला, तर थरूर यांना 'सुपरस्पोक्सपर्सन ऑफ बीजेपी' असे बिरूद काँग्रेस नेते उदित राज यांनी लावले, जे काँग्रेसचे संपर्क प्रमुख जयराम रमेश यांनीही उचलून धरले.

एकीकडे पाकिस्तानचे पंतप्रधान शाहबाज शरीफ जगभरातील मुस्लीम देशांचा पाठिंबा मिळवण्याच्या धडपडीत असताना, दुसरीकडे भारताच्या सर्वपक्षीय शिष्टमंडळातून विदेशात गेलेले एआयएमआयएमचे नेते असदुद्दिन ओवैसी यांनी प्रखर राष्ट्रवादी भूमिका घेत वेळोवेळी पाकिस्तानला उघडे पाडले. सदैव स्वतःला अल्पसंख्यकांचे कैवारी म्हणून प्रस्तूत करीत आलेल्या ओवैसींच्या हा देशभक्तीची खूप प्रशंसा झाली. पाकिस्तानचे पंतप्रधान शाहबाज शरीफ आणि लष्करप्रमुख असीम मुनीर हे दोघेही विदूषक असल्याचे सांगताना 'नकल करने के लिए भी अकल चाहिये' ह्याचे स्मरण ओवैसींनी करून दिले.

२९ मे रोजी संरक्षणमंत्री राजनाथसिंह गोव्यात होते. वास्को द गामामध्ये आयएनएसव्ही तारिणी नौकेद्वारे महिला नौदल अधिकाऱ्यांच्या जलसफरीला त्यांनी हिरवा झेंडा दाखवला, त्यावेळी बोलताना 'ऑपरेशन सिंदूरमध्ये महिला पायलटांनी देखील उत्तम कामगिरी केल्याची' माहिती राजनाथसिंह यांनी दिली. कॉन्फेडरेशन ऑफ इंडियन इंडस्ट्रीजच्या अन्य एका कार्यक्रमात बोलताना राजनाथसिंह यांनी पाकिस्तानव्याप्त काश्मीरमधील लोक स्वेच्छेने भारतात येतील असा विश्वासही प्रकट केला.

पाकिस्तान जोवर दहशतवादाचा आणि आपण व्यापलेल्या काश्मीरचा त्याग करणार नाही, तोवर त्या देशाशी कोणतीही बोलणी होणार नाहीत हे परराष्ट्र मंत्रालयाचे प्रवक्ते रणधीर जयस्वाल यांनी त्याच दिवशी दिल्लीत स्पष्ट केले. जम्मू काश्मीरवरील कोणतीही चर्चा केवळ पाकिस्तानव्याप्त काश्मीर ह्या विषयावरच होईल, ह्या भारताच्या भूमिकेचा त्यांनी पुनरुच्चार केला आणि सीमेपारचा दहशतवाद पाकिस्तान बंद करीपर्यंत सिंधू जलकरार संस्थगितच राहील हेही स्पष्ट केले. भारताची ही भूमिका सुस्पष्ट आणि सातत्यपूर्ण असल्याचे त्यांनी सांगितले.

पाकिस्तानकडून मात्र दहशतवाद्यांची पाठराखण सुरूच राहील याचे संकेत त्याच दिवशी म्हणजे २९ मे रोजी पाकिस्तानात झालेल्या लष्कर ए तय्यबाच्या सभेमध्ये दिसून आले. त्या सभेत कुख्यात दहशतवादी तल्हा सईद व मुझम्मिल हाश्मी हे राजरोस सामील झालेच, शिवाय भारतावर दहशतवादी हल्ले चढवण्याची खुलेआम धमकी देखील हाश्मीने उघडउघड दिली, त्याचा व्हिडिओ व्हायरल झाला.

त्या पार्श्वभूमीवर दुसऱ्या दिवशी ३० मे रोजी आपल्या कानपूरच्या सभेत पंतप्रधान नरेंद्र मोदी यांनी पाकिस्तानला युद्धविरामासाठी भीक मागावी लागली होती ह्याची आठवण करून दिली, तर दुसऱ्या दिवशी ३१ मे रोजी भोपाळच्या सभेत मोदींनी 'गोळीला (तोफ) गोळ्याने उत्तर' ह्या आपल्या भूमिकेचा पुनरूच्चार केला. दुसरीकडे, जम्मूतील सीमा सुरक्षा दलाच्या बैठकीत केंद्रीय गृहमंत्री अमित शहा यांनी सुनावले की, 'ऑपरेशन सिंदूर'वेळी सीमेवरील पाकिस्तानची ११८ ठाणी भारताने उद्ध्वस्त केली असून ती दुरुस्त करायला त्यांना काही वर्षे लागतील!

३१ मे रोजी एक महत्त्वाच्या घडामोडीत तिन्ही सैन्यदलांचे प्रमुख अनिल चौहान यांनी 'ऑपरेशन सिंदूर'च्या पहिल्या रात्री काही रणनीतीच्या चुका झाल्या, ज्या नंतर सुधारण्यात आल्या असे विधान सिंगापूरमध्ये शांग्रिला डायलॉग्सच्या वेळी केल्याने एक नवे वादळ उठले. सुरूवातीला झालेल्या रणनीतीतील चुकीमुळे भारताने काही विमाने गमावल्याची सूचक कबुली त्यांनी दिली, पण, भारताची राफेलसह सहा विमाने पाडल्याचा पाकिस्तानचा दावा मात्र फेटाळून लावला.

चौहान यांचे म्हणणे असे होते की, ''युद्धामध्ये किती हानी झाले ते महत्त्वाचे नसते, तर ही हानी का झाली आणि त्यानंतर आपण काय केले हे महत्त्वाचे असते'', परंतु भारताची काही विमाने ऑपरेशन सिंदूरदरम्यान कोसळल्याची कबुली त्यांनी दिल्याने लागलीच काँग्रेसने तो राजकीय मुद्दा बनवला आणि संसदेचे विशेष अधिवेशन बोलवण्याच्या मागणीला लावून धरले.

बुधवार दि. तीन जून रोजी चौहान यांचे पुण्यात सावित्रीबाई फुले पुणे विद्यापीठात 'भविष्यातील युद्धे आणि युद्धतंत्र' ह्या विषयावर व्याख्यान झाले. तेथे त्यांनी 'ऑपरेशन सिंदूर'च्या वेळी पाकिस्तानला भारताला 'बुनयान अल मरसूस'द्वारे ४८ तासांत चिरडायचे होते, पण आठ तासांतच त्याचे ते आव्हान कसे संपुष्टात आले ते विस्ताराने सांगितले. ''१० मे रोजी पहाटे एक वाजता पाकिस्तानने भारताविरुद्ध जी मोहीम आखली होती, ती ४८ तास चालेल असे त्यांना वाटत होते, मात्र भारताच्या खमक्या प्रतिकारामुळे ती आठ तासांतच संपुष्टात आली. मग त्यांनी फोन उचलला आणि म्हणू लागले की चर्चा करूया'' अशा शब्दांत चौहान यांनी पाकिस्तानची खिल्ली उडवली.

ह्यावेळी यापूर्वीच्या युद्धांपेक्षा 'ऑपरेशन सिंदूर' कसे वेगळे होते हे सांगताना चौहान म्हणाले की ''ऑपरेशन सिंदूरच्या वेळी प्रथमच भारताने 'नॉन – काँटॅक्ट वॉरफेअर' चा अवलंब केला. म्हणजे प्रत्यक्ष नियंत्रण रेषेवर जे चालले होते ते सोडल्यास शत्रू एकमेकांना दिसत नव्हता. एक तर रडारच्या द्वारे किंवा वेगवेगळ्या पातळ्यांवर त्याच्या पुढील कृतीविषयी अंदाज बांधून प्रतिकार केला जात होता. हे 'कायनेटिक' (प्रत्यक्ष) आणि 'नॉन कायनेटिक' (अप्रत्यक्ष) स्वरूपाचे युद्ध होते. जेव्हा मी 'नॉन कायनेटिक' म्हणतो तेव्हा त्याचा अर्थ ते माहितीच्या क्षेत्रातील किंवा सायबरक्षेत्रातील युद्ध असते. आणि त्याच बरोबर नक्कीच 'कायनेटिक' म्हणजे प्रत्यक्ष लष्करी मोहिमाही होत्या, ज्याद्वारे शत्रूचा विनाश घडवला गेला.''

''भारताने आपल्या सर्व हवाई संरक्षण प्रणालींचा एकात्मिक वापर केला. शत्रूच्या हालचाली जाणून घेण्यासाठी व त्याचे विश्लेषण करण्यासाठी भारताने आर्टिफिशियल इंटेलिजन्सचाही वापर केला, त्यामुळे आमच्या बाजूने उत्तम व गतिमान माहिती उपलब्ध होऊ शकली'' असे चौहान यांनी यावेळी सांगितले. आजकालची युद्धे ही अवकाश,

सायबरजगत, इलेक्ट्रोमॅग्नेटिक क्षेत्र अशा नव्या क्षेत्रांमधून लढली जातात ह्याकडेही त्यांनी लक्ष वेधले.

'युद्धामध्ये हानी महत्त्वाची नसते, तर त्यातून जे साध्य होते ते अधिक महत्त्वाचे असते' हेही चौहान यांनी अधोरेखित केले.

पाकिस्तानच्या शरणागतीमागे दोन कारणे असल्याचे ते म्हणाले.

१. युद्ध असेच सुरू ठेवले तर आपली जास्त हानी होईल ही भीती.

२. अनेक आघाड्यांवरून त्यांनी आमच्याशी हल्ला केल्याने आपला कोणता हल्ला यशस्वी झालेला आहे आणि कोणता नाही हेच समजणे त्यांच्यासाठी अवघड झाले. त्यांना आपले सगळे हल्ले फसल्याचे एक दोन दिवसांनंतरच कळले, असे चौहान यांनी स्पष्ट केले.

दहशतवादी तळांवरील हल्ल्याची पूर्वसूचना पाकिस्तानला आधी दिली गेली होती ह्या राहुल गांधींकडून होणाऱ्या आरोपाचे त्यांनी यावेळी खंडन केले. हल्ल्यांनंतर पाच मिनिटांनी आपल्या डीजीएमओंनी पाकिस्तानच्या डीजीएमओंना कळवले की आम्ही केवळ दहशतवादी तळ लक्ष्य केलेले आहेत, असेही चौहान यांनी स्पष्ट केले.

'ऑपरेशन सिंदूर'संदर्भात काँग्रेसने आणखी एका मुद्द्यावरून गदारोळ माजवला, तो म्हणजे पाकिस्तानशी युद्धविरामास भारत नेमका का तयार झाला? अमेरिकेचे राष्ट्राध्यक्ष डोनाल्ड ट्रम्प यांनी सर्वप्रथम ह्या युद्धविरामाची घोषणा आपल्या ट्रूथ सोशलवरून केली होती, परंतु युद्धविरामाचा प्रस्ताव हा अमेरिकेकडून नव्हे, तर पाकिस्तानकडून आला असे सरकारने स्पष्ट केले होते. तरीही ट्रम्प मात्र वारंवार भारत - पाकिस्तानदरम्यानचा अणुयुद्धाकडे चाललेला संघर्ष आपल्या मध्यस्थीमुळे थांबल्याचे श्रेय पुन्हा पुन्हा सातत्याने स्वतःकडे घेत राहिले. आपण दोन्ही देशांना उत्तम व्यापार करार करू असे सांगितल्यानेच दोन्ही देश युद्धाच्या भूमिकेपासून मागे हटले असे ट्रम्प पुन्हा पुन्हा सांगत राहिले. ''आपल्या मध्यस्थीने युद्धविराम झाला नसता तर लाखो चांगले, निष्पाप लोक मरण पावले असते.'' असे सांगायलाही ट्रम्प यांनी कमी केले नाही. सरकारसाठी ही मोठी डोकेदुखी बनली. शेवटी १७ जूनला भारताचे विदेश सचिव विक्रम मिस्री यांनी सविस्तर स्पष्टीकरण दिले. पंतप्रधान नरेंद्र मोदी यांची डोनाल्ड ट्रम्प यांच्याशी पस्तीस मिनिटे बातचीत झाली, त्यात मोदींनी युद्धविरामाचा प्रस्ताव पाकिस्तानकडून आला हे ट्रम्प यांना सांगितल्याचे मिस्री यांनी नमूद केले. विदेश सचिवांनी यावेळी एक विस्तृत निवेदन दिले. ते म्हणाले, ''जी ७ राष्ट्रांच्या कॅनडातील शिखर परिषदेमध्ये मोदी व ट्रम्प यांची भेट होणार होती. मात्र, त्याचवेळी इस्रायल - इराण युद्ध भडकल्याने ट्रम्प आपल्या राष्ट्रीय सुरक्षा सल्लागारांशी चर्चा करण्यासाठी कॅनडाहून एक दिवस आधी परतले. त्यामुळे मोदी आणि ट्रम्प यांची भेट होऊ शकली नव्हती. त्यामुळे दोघांनी फोनवर चर्चा केली.

पंतप्रधान मोदींनी ट्रम्प यांना सांगितले की, ऑपरेशन सिंदूरच्या संपूर्ण घटनाक्रमादरम्यान कोणत्याही पातळीवर भारत - अमेरिका व्यापार कराराविषयी किंवा भारत आणि पाकिस्तान दरम्यान अमेरिकेच्या कोणत्याही मध्यस्थीच्या प्रस्तावाविषयी कधीही चर्चा झालेली नाही. लष्करी कारवाई थांबवण्याची चर्चा भारत आणि पाकिस्तान यांच्यात थेट व दोन्ही सैन्यदलांदरम्यान अस्तित्वात असलेल्या संपर्क माध्यमातून झाली आणि ती पाकिस्तानच्या विनंतीमुळेच घडून आली. भारताने कोणाचीही मध्यस्थी स्वीकारलेली नसून तो ती कधीही स्वीकारणार नाही हे पंतप्रधान मोदींनी स्पष्टपणे सांगितले. पंतप्रधानांनी असेही सांगितले की भारत दहशतवादाकडे प्रॉक्सी युद्ध म्हणून पाहत नसून युद्ध म्हणूनच पाहतो आणि भारताचे 'ऑपरेशन सिंदूर' अद्याप सुरू आहे.''

'ऑपरेशन सिंदूर' वेळचा घटनाक्रमही सरकारने विशद केला.

''पहलगाम हल्ल्यानंतर डोनाल्ड ट्रम्प यांचा पंतप्रधान मोदींना फोन आला होता व त्यांनी त्या घटनेबद्दल दुःख व्यक्त केले होते व दहशतवादाविरुद्धच्या लढाईस पाठिंबा व्यक्त केला होता. ६/७ मेच्या रात्री पाकिस्तानातील दहशतवादी तळ उद्ध्वस्त करण्यात आले. ९ मे च्या रात्री अमेरिकेचे उपराष्ट्राध्यक्ष जे. डी. व्हान्स यांनी पंतप्रधान मोदी यांना फोन केला की पाकिस्तान भारतावर मोठा हल्ला करू शकते. मोदींनी त्यांना सांगितले की तसे झाल्यास भारत त्याहून मोठे प्रत्युतर देईल. त्यानंतर पाकिस्तानने भारतावर ड्रोन व क्षेपणास्त्र हल्ले चढवण्याचा प्रयत्न करताच ९/१० मेच्या रात्री पाकिस्तानच्या लष्करी तळांवर हल्ले चढवण्यात आले. भारताच्या कणखर कृतीमुळे पाकिस्तानला भारताला लष्करी कारवाई संस्थगित करण्याची विनंती करणे भाग पडले'' असा एकूण घटनाक्रम सरकारने स्पष्ट केला.

मात्र, एवढे स्पष्टीकरण देऊनही ट्रम्प यांनी भारत - पाकिस्तान संघर्षाचे श्रेय उकळणे सुरूच ठेवले. २५ जूनला ट्रम्प यांनी पुन्हा एकदा भारत आणि पाकिस्तानात युद्धविराम घडवल्याचा दावा नाटो परिषदेत बोलताना हेग (नेदरलँड) येथे केला. आपण जगभरातील युद्धे कशी थांबवली ही आत्मप्रौढी मिरवताना ट्रम्प म्हणाले, ''त्यात बहुधा सर्वांत महत्त्वाचे होते भारत आणि पाकिस्तान. काही फोन कॉल करून मी तो संघर्ष थांबवला आणि त्यांना सांगितले की तुम्ही जर एकमेकांशी भांडत राहिलात, तर आम्ही काही व्यापार करार करणार नाही. जनरल (असीम मुनीर) प्रभावशाली होता. पंतप्रधान नरेंद्र मोदी हे माझे चांगले मित्र आहेत आणि ते एक ग्रेट जंटलमन आहेत आणि मी त्यांना पटवून दिले. ते म्हणाले आम्हाला व्यापारी करार हवा आहे, त्यामुळे आम्ही अणुयुद्ध थोपवले.''

ट्रम्प यांनी थोडथोडके नव्हे, तर तब्बल अठराव्या वेळा भारत - पाकिस्तान संघर्ष आपण थांबवल्याचे सांगत ते श्रेय स्वतःकडे घेतले.

१० मे रोजी युद्धविरामाची घोषणा त्यांनीच पहिल्यांदा केली होती. त्यानंतर २२ मे रोजी दक्षिण आफ्रिकेचे राष्ट्राध्यक्ष सिरील रामापोसा यांच्यासोबतच्या बैठकीवेळी, २६

मे, ३१ मे, १८ जून रोजी जनरल असीम मुनीरला भोजन दिले तेव्हा, २१ जूनला, २५ जूनला नाटो परिषदेत, इराण इस्रायल संघर्ष थांबल्यानंतर असे वारंवार ट्रम्प युद्धविरामाचे श्रेय उकळत राहिले. कधी त्यांनी आपल्या 'बॅकचॅनल डिप्लोमसी'चे गोडवे गायिले, तर कधी एकमेकांना गोळ्या घालणाऱ्यांशी किंवा संभवतः अण्वस्त्रांचा वापर करणाऱ्यांशी आम्ही व्यापार करीत नाही म्हणत आपण सांगताच युद्धविराम झाल्याचा युक्तिवाद केला. आपण वेगवेगळ्या देशांतील संघर्ष थोपवूनही आपल्याला कोणी शांततेचे नोबेल देणार नाही असेही म्हणून ट्रम्प मोकळे झाले. ट्रम्प यांची मनीषा जाणून खरोखरच शांततेच्या नोबेलसाठी पाकिस्तानने ट्रम्प यांच्या नावाचे नामांकन जाहीर केले, मात्र दुसऱ्याच दिवशी ट्रम्प यांनी इराणच्या अणुप्रकल्पांवर अमेरिकेचे सर्वांत शक्तिशाली बंकरबस्टर्स बॉम्ब टाकले आणि पाकिस्तानला थोबाड लपवायला जागा उरली नाही.

२५ जूनला संरक्षणमंत्री राजनाथसिंह शांघाय सहकार्य संघटनेच्या (एससीओ) परिषदेत किंगदाव (चीन) येथे उपस्थित होते. भारत, चीन, पाकिस्तान, इराण, कझाकस्तान, किर्गीस्तान, रशिया, ताजिकीस्तान, उझबेकिस्तान आदींचे संरक्षणमंत्री सहभागी झालेल्या त्या परिषदेत राजनाथसिंह यांनी भारताची भूमिका पुन्हा एकवार स्पष्ट केली. शांतता ही दहशतवादासोबत नांदू शकत नाही हे सांगताना, आमच्या प्रदेशातील सर्वांत मोठी आव्हाने शांतता, सुरक्षा आणि विश्वासार्हता यांची कमतरता ही असल्याचे त्यांनी सांगितले. पाकिस्तानकडील अण्वस्त्रे घातक शक्तींच्या हाती जाण्याचा धोकाही त्यांनी ह्यावेळी पुन्हा एकदा जगासमोर मांडला. भारताचे 'ऑपरेशन सिंदूर' हे भविष्यातील सीमेपारचे दहशतवादी हल्ले रोखण्यासाठी आणि तेथील दहशतवाद्यांची संसाधने नष्ट करण्यासाठी होते हेही त्यांनी पुन्हा एकदा स्पष्ट केले. पहलगाम हल्ल्याचा निषेध न करणाऱ्या ह्या परिषदेच्या संयुक्त निवेदनावर सही करायलाही राजनाथसिंह यांनी स्पष्ट नकार दिला आणि चीन व पाकिस्तानचा डाव उधळला.

संरक्षणमंत्र्यांनी एक जुलैला अमेरिकेचे संरक्षणमंत्री पीट हेगसेथ यांच्याशी २० मिनिटे फोनवर बोलताना त्यांनाही भारताने दहशतवादाविरुद्ध आपला स्वसंरक्षणाचा व प्रत्युत्तराचा अधिकार राखून ठेवला असल्याचे स्पष्ट केले.

विदेशमंत्री एस. जयशंकर यांनीही अमेरिकेत 'न्यूजवीक' शी बोलताना, पंतप्रधान मोदींच्या भूमिकेचाच ठाम पुनरुच्चार केला– "आम्ही एवढे स्पष्ट आहोत की दहशतवाद्यांना शिक्षेत कोणतीही सूट मिळणार नाही. त्यांना यापुढे आम्ही कोणाचे हस्तक म्हणून पाहणार नाही आणि त्यांना पाठबळ, पैसा आणि प्रोत्साहन देणाऱ्या सरकारलाही माफ करणार नाही. आम्हाला प्रत्युत्तर देण्यापासून रोखण्यासाठी आण्विक ब्लॅकमेलिंगही आम्ही सहन करणार नाही." भारताला अपेक्षित असलेला संदेश एव्हाना दशदिशांत पोहोचला होता...

११. भारताच्या 'न्यू नॉर्मल' चा धाक

'ऑपरेशन सिंदूर' चे सर्वांत महत्त्वाचे वैशिष्ट्य म्हणजे भारताने ह्या मोहिमेअंतर्गत आपल्या देशात गेली अनेक दशके रक्तपात घडवीत आलेल्या दहशतवादी संघटनांच्या मुख्यालयांना आणि दहशतवादी तळांना उद्ध्वस्त केले. पाकिस्तानच्या आयएसआयच्या पाठबळावर आजवर भारताविरुद्ध दहशतवादी कारवाया करीत आलेल्या तीन प्रमुख दहशतवादी संघटना म्हणजे जैश ए महंमद, लष्कर ए तय्यबा आणि हिज्बुल मुजाहिद्दीन. ह्या तिन्ही संघटनांची अनुक्रमे बहावलपूर, मुरिदके आणि मुझफ्फरपूरमधील मुख्यालये भारताने 'ऑपरेशन सिंदूर'च्या पहिल्याच रात्री प्रचंड स्फोटांद्वारे उडवून दिली.

१९९९ मध्ये आयसी ८१४ हे विमान हरकत उल मुजाहिद्दीन ह्या दहशतवादी संघटनेने कंदाहारला पळवून नेले. त्या दहशतवादी संघटनेचा सरचिटणीस असलेल्या मौलाना मसूद अजहरची सुटका करावी ही अपहरणकर्त्यांची तेव्हा प्रमुख मागणी होती. तत्कालीन वाजपेयी सरकारने मसूद अजहरची सुटका केली. सुटकेनंतर मसूद अजहरने पाकिस्तानात बहावलपूरमध्ये एका मोठ्या स्टेडियमवर जैश ए महंमदची सन २०००

मध्ये स्थापना केली. पाकिस्तानच्या आयएसआयकडून आणि आंतरराष्ट्रीय स्तरावरून प्रचंड पैसा गोळा करून त्याने दहशतवाद्यांचे जाळे विणले. ऑक्टोबर २००१ मधील जम्मू काश्मीर विधानसभेवरील दहशतवादी हल्ला, १३ फेब्रुवारी २००१ चा लष्कर ए तय्यबा व जैश ए महंमद यांनी मिळून भारतीय संसदेवर चढवलेला दहशतवादी हल्ला, जानेवारी २०१६ मधील पठाणकोट हवाई तळावरील हल्ला, १४ फेब्रुवारी २०१९ चा पुलवामाचा दहशतवादी हल्ला ह्या सगळ्या हल्ल्यांमागे ही जैश ए महंमद होती.

२०१९ साली संयुक्त राष्ट्रांच्या १२६७ निर्बंध समितीने मसूद अजहरला दहशतवादी घोषित केले. जैश ए महंमदला २००१ मध्येच दहशतवादी संघटना घोषित केले गेले होते. अमेरिकेनेही जैशला विदेशी दहशतवादी संघटना घोषित केले होते. संसदेवरील हल्ल्यानंतर आंतरराष्ट्रीय दबावामुळे पाकिस्तानने त्याला अटक केली होती, परंतु लाहोर उच्च न्यायालयाच्या त्रिसदस्यीय खंडपीठाने पुढच्याच वर्षी त्याची सुटका केली. त्यानंतरही त्याची दहशतवादी कृत्ये चालूच राहिली. पाकिस्तानच्या दृष्टीने सध्या तो फरार आहे. मात्र, गेल्या वर्षी डिसेंबरमध्ये त्याने बहावलपूरमधूनच व्हिडिओ संदेश जारी केला होता. भारताने त्याचे ते मुख्यालय 'ऑपरेशन सिंदूर' मध्ये उद्‌ध्वस्त केल्यावर देखील त्याने आपले दहा कुटुंबीय मारले गेल्याची कबुली दिली आहे.

जैश ए महंमदप्रमाणेच भारतामध्ये सातत्याने घातपात आणि रक्तपात घडवीत आलेली दुसरी संघटना म्हणजे लष्कर ए तय्यबा. 'लष्कर ए तय्यबा'चा अर्थ 'शुद्ध लोकांचे लष्कर'. ह्या संघटनेची स्थापना हाफीज महंमद सईदने १९८७ – ८८ साली अफगाणिस्तानातील कुंवर प्रांतात केली. मरकझ अल दवातुल वाल ईर्शाद ही तिची पालक संघटना. तिचेच नाव नंतर 'जमात उद दावा' करण्यात आले. पाकिस्तानच्या सर्व प्रमुख शहरांत तिच्या शाखा आहेत. लष्कर ए तय्यबाच्या दहशतवाद्यांमध्ये केवळ पाकिस्तानी आणि काश्मिरीच नव्हे, तर सुदान, बहरीन, तुर्किये, लिबिया आदी देशांतूनही माथेफिरू तरूणांची भरती करण्यात आलेली आहे. काश्मीरप्रमाणेच चेचेन्यासारख्या प्रदेशांमध्येही तिने आजवर घातपात घडवला आहे. 'अल कायदा'शीही तिने संबंध प्रस्थापित केले होते. भारतातील सर्व प्रमुख दहशतवादी हल्ले हे लष्कर ए तय्यबानेच मुख्यत्वे घडविले आहेत. २००१ मधील संसदेवरील हल्ल्यात लष्कर ए तय्यबाचाच मुख्य सहभाग होता. २००२ मधील गुजरातमधील अक्षरधामवरील हल्ला, २००५ मधील दिल्लीतील स्फोट मालिका, जुलै २००७ मधील मुंबईमधील रेल्वेगाड्यांतील बॉम्बस्फोटमालिका, २६ नोव्हेंबर २००८ चा मुंबईवरील दहशतवादी हल्ला, वाराणसी, बंगळुरू, कोलकाता, दिल्ली, हैदराबाद, मुंबई आदी शहरांतील बॉम्बस्फोटमालिका, उरीवरील हल्ला ह्या सगळ्या कारवाया लष्कर ए तय्यबाने घडवून आणल्या होत्या. आत्मघाती हल्ले चढवणारे 'फिदायीन'ही लष्कर ए तय्यबाने तयार केले. भारतीय लष्करी तळांवर अशा प्रकारचे फिदायीन हल्ले चढवणारी लष्कर ए तय्यबाच

होती.

मे २००५ साली संयुक्त राष्ट्र सुरक्षा परिषदेच्या १२६७ निर्बंध समितीने आयसिस व अल कायदाशी संबंध असल्याने लष्कर ए तय्यबाला दहशतवादी संघटना घोषित केले. १० फेब्रुवारी २००८ रोजी हाफीज महंमद सईद ह्याला दहशतवादी घोषित केले गेले. मे २००८ मध्ये अमेरिकेनेही त्याचे नाव दहशतवाद्यांच्या यादीत घातले. फायनान्शियल ॲक्शन टास्क फोर्सने पाकिस्तानवर लष्कर ए तय्यबाचा नेता हाफीज महंमद सईदच्या अटकेसाठी दबाव आणल्याने अखेर २०१९ मध्ये त्याला पाकिस्तानने अटक केली. न्यायालयाने त्याला अकरा वर्षे तुरुंगवासाची शिक्षा दिली असून तो सध्या लाहोरच्या सेंट्रल जेलमध्ये पाकिस्तानच्या आयएसआयच्या संरक्षणाखाली आहे.

'ऑपरेशन सिंदूर'ने लक्ष्य केलेली तिसरी दहशतवादी संघटना आहे हिज्बुल मुजाहिद्दीन. हिज्बुल मुजाहिद्दीन ही दहशतवादी संघटना नव्वदच्या दशकात काश्मीरमध्ये सक्रिय होती. मुझफ्फराबादेत मुख्यालय असलेल्या ह्या संघटनेची स्थापना पाकिस्तानच्या जमाते इस्लामीची लष्करी आघाडी म्हणून १९८९ साली पाकिस्तानच्या आयएसआयच्या प्रेरणेने महंमद अहसान दार ह्याने केली होती. नंतर महंमद युसूफ शाह ऊर्फ सईद सलाहुद्दिनकडे तिची सूत्रे आली. काश्मीरमध्ये सातत्याने घातपाती कारवाया ह्या संघटनेने राबवल्या. पुढे हिज्बूलमध्ये फूट पडली. सलाहुद्दिन आणि हिलाल अहमद मीर अशा नेत्यांच्या दोन गटांत ती विभागली गेली. १९९३ साली भारतीय लष्कराच्या कारवाईत मीर मारला गेला आणि सलाहुद्दिनच्या नेतृत्वाखालील हिज्बूल काश्मीरमध्ये रक्तपात माजवत राहिली. पूर्वी काश्मीरमध्ये सक्रिय असलेल्या जम्मू काश्मीर लिबरेशन फ्रंट किंवा जेकेएलएफशीही तिचा संघर्ष होत राहिला. जुलै २००० मध्ये भारताने अब्दुल मजीद दार ह्या हिज्बूलच्या नेत्याशी वाटाघाटी करून सलाहुद्दिनला युद्धबंदीची घोषणा करण्यास राजीही केले होते, परंतु पाकिस्तानच्या दबावामुळे सलाहुद्दिन नंतर मागे हटला. अब्दुल मजीद दारची २००३ मध्ये सोपोरमध्ये हत्या झाली. काश्मीरमधील लष्करी जवानांवरील, पोलिसांवरील हल्ले, राजकीय नेत्यांच्या हत्या आदींमुळे हिज्बूल मुजाहिद्दीन सतत चर्चेत राहिली. २०११ साली दिल्लीत उच्च न्यायालयाबाहेर ह्याच संघटनेने स्फोट घडवून आणला होता. भारतीय लष्कराने हिज्बूलच्या अनेक नेत्यांना ठार मारले. त्यात अहसान दार, अश्फाक दार, मकबुल अल्ला, रियाझ नायकू, सबझार भट आदींचा समावेश होता. २०१६ साली मारला गेलेला बुरहान वानी हा ह्याच दहशतवादी संघटनेचा काश्मीर कमांडर होता. २०१७ मध्ये हिज्बूल मुजाहिद्दीन ही दहशतवादी संघटना असल्याचे अमेरिकेने मान्य केले. लष्कर ए तय्यबा आणि जैश ए महंमदपुढे हिज्बूल मुजाहिद्दीनचा प्रभाव कमी झाला असला, तरी अजूनही ती अधूनमधून काश्मीरमध्ये घातपात घडवीत असते.

उरीमधील दहशतवादी हल्ल्याला भारताने नियंत्रण रेषेपार सर्जिकल स्ट्राईक करून उत्तर

दिले. पुलवामा घडले तेव्हा बालाकोटचा सर्वांत मोठा दहशतवादी तळ भारतीय हवाई दलाने बॉम्ब टाकून उद्ध्वस्त केला होता. बैसरान हल्ल्यानंतर मात्र 'ऑपरेशन सिंदूर'ने केवळ दहशतवादी तळ नव्हे, तर दहशतवादी संघटनांच्या मुख्यालयांनाही उद्ध्वस्त करून भारताने दहशतवाद्यांना जन्माचा धडा शिकवला.

'ऑपरेशन सिंदूर' ने ह्या तिन्ही दहशतवादी संघटनांनाच खरे तर लक्ष्य केले होते, परंतु त्या हल्ल्यात मारल्या गेलेल्या दहशतवाद्यांवर शासकीय इतमामात अंत्यसंस्कार करून आणि पुष्पचक्रे वाहूनच पाकिस्तान थांबला नाही, तर त्यांच्या वतीने त्याने भारतावर प्रतिहल्ला चढविण्याचे दुःसाहस केले. खरे तर भारत आणि पाकिस्तान यांच्यात 'ऑपरेशन सिंदूर' पूर्वी चार युद्धे लढली गेली होती, ज्यातील एकही पाकिस्तानला जिंकता आलेले नाही.

पहिल्या युद्धास तर फाळणी होऊन पाकिस्तानचा जन्म झाला, तेव्हाच पाकिस्तानने काश्मीरमध्ये टोळीवाले घुसडले गेले तेव्हा तोंड फुटले होते. नंतरच्या अमेरिका आणि सोव्हिएत रशियादरम्यानच्या शीतयुद्धाच्या काळात भारताला शह देण्यासाठी पाकिस्तान अमेरिकाप्रणित सेंटो (सेंट्रल ट्रीटी ऑर्गनायझेशन) आणि सिटो (सदर्न एशिया ट्रीटी ऑर्गनायझेशन) ह्या लष्करी संघटनांचा सदस्य झाला. तेव्हापासून अमेरिका पाकिस्तानची पाठराखण करीत आला. त्याच जोरावर पाकिस्तानने १९६५ आणि १९७१ मध्ये भारताशी युद्ध पुकारले. १९९९ मध्य भारत - पाकिस्तान दरम्यान चौथा लष्करी संघर्ष झाला, परंतु तो कारगिलपुरता मर्यादित होता.

१९४७ - ४८ चे पहिले युद्ध १४ महिने चालले होते. जुलै १९४९ मध्ये कराची समझोत्यानुसार दोन्ही देशांदरम्यान युद्धबंदीरेषा निश्चित झाली.

१९६५ चे युद्ध त्याच्या आधी १९६२ च्या भारत - चीन युद्धात भारत पराभूत झाल्याने पाकिस्तानने लादले. ते फक्त २२ दिवसांत भारताने जिंकले. रशियाच्या मध्यस्थीने ३ जानेवारी १९६६ रोजी ते युद्ध थांबवून दोन्ही देशांत वाटाघाटी सुरू झाल्या. तत्कालीन पंतप्रधान लालबहादूर शास्त्री आणि पाकिस्तानचे राष्ट्राध्यक्ष जनरल अयुबखान यांच्यात १० जानेवारी १९६६ रोजी ताश्कंद करार झाला.

१९७१ चे युद्ध झाले तेव्हा जनरल याह्याखान पाकिस्तानचे नेतृत्व करीत होते, तर भारताच्या पंतप्रधानपदी इंदिरा गांधी होत्या. ते युद्ध १२ दिवसांत भारताने जिंकले आणि स्वतंत्र बांगलादेशची निर्मिती केली.

पंतप्रधान इंदिरा गांधी आणि पाकिस्तानचे पंतप्रधान झुल्फीकार अली भुट्टो यांच्यात २८ जून ते २ जुलै १९७२ दरम्यान सिमला येथे शिखर परिषद झाली आणि दोन्ही देशांत सिमला करार झाला.

दोन्ही देश आपसातील मतभेद द्विपक्षीय चर्चेद्वारे व शांततेच्या मार्गाने सोडवतील,

शांततेला बाधा येईल असे वर्तन कोणी करणार नाही, १७ डिसेंबर १९७२ ची युद्धबंदीरेषा व ताबारेषा दोन्ही देश मान्य करतील, संयुक्त राष्ट्रांच्या सनदेनुसार उभय देशांतील राजनैतिक व व्यापारी संबंध सुधारण्याचा प्रयत्न केला जाईल, सांस्कृतिक आदानप्रदान होईल, एकमेकांच्या सार्वभौमत्वाचा व प्रादेशिक अस्मितेचा आदर केला जाईल, दोन्ही देश आपल्या सामर्थ्याचा वापर एकमेकांविरुद्ध करणार नाही, चांगले राजनैतिक संबंध प्रस्थापित केले जातील वगैरे गोष्टींवर सिमला करारात एकवाक्यता झाली होती. मात्र, पाकिस्तानने पुढील काळात भारतविरोधी दहशतवादी शक्तींना सतत पाठबळ देऊन सिमला कराराला वाटाण्याच्या अक्षताच लावल्या.

भारताने मैत्रीचा हात पुढे केलेला असताना १९९९ साली तर कारगिलमध्ये घुसखोरी करून कितीही दूध पाजले तरी आपण साप तो सापच हे दाखवून दिले. २० मे ते १४ जुलै १९९९ दरम्यान कारगिल संघर्ष चालला व शेवटी 'ऑपरेशन विजय' द्वारे भारतीय सेनेने निर्णायक विजय मिळवून घुसखोरांना कारगिलच्या शिखरांवरून हाकलून लावले.

चार वेळा भारताकडून थोबाड फोडून घेऊनही पाकिस्तानकडून दहशतवादाची पाठराखण आणि भारताची कुरापत काढणे सुरूच राहिले. उरी, पठाणकोट आणि पुलवामा घडले तेव्हा भारताने अद्दल घडवूनही रियासी आणि बैसरानचा दहशतवादी हल्ला झालाच. पाकिस्तानात राजवट कोणाचीही असो, लष्कर आणि आयएसआय ही राजकीय नेत्यांवर भारी ठरत असल्याचे वेळोवेळी प्रत्ययास येते. ह्यावेळीही काही वेगळे घडले नाही. पाकिस्तानचे लष्करप्रमुख असीम मुनीर यांना भोजनास निमंत्रणाचा मान देऊन अमेरिकेचे राष्ट्राध्यक्ष डोनाल्ड ट्रम्प यांनी त्यालाच जणू दुजोरा दिला.

एकेकाळी झुल्फिकार अली भुत्तोंनी २२ सप्टेंबर १९६५ रोजी संयुक्त राष्ट्र सुरक्षा परिषदेत बोलताना 'भारताबरोबर एक हजार वर्षे चालणारे युद्ध छेडू' अशी धमकी दिली होती. भुत्तोंना हटवून सत्तेवर आलेले जनरल झिया उल हक यांनी १९७७ साली 'ब्लीड इंडिया थ्रू थाऊजंड कटस्' चे आपले धोरण जाहीर केले होते. तेव्हापासून सर्व युद्धांमध्ये पराभूत होऊनही पाकिस्तान आपण पोसलेल्या दहशतवादी हस्तकांकरवी भारतात घातपात घडवीत आला. १९८९ साली सोव्हिएत रशियाने अफगाणिस्तानातून माघार घेतली, तेव्हापासून पाकिस्तानने काश्मीरमध्ये उत्पात माजवायला सुरूवात केली ती आजतागायत. आपण पोसलेल्या आणि प्रशिक्षित केलेल्या हस्तकांमार्फत भारतावर एकाहून एक मोठ्या दहशतवादी हल्ल्यांद्वारे घावांमागून घाव करीत आलेल्या पाकिस्तानला आणि त्याच्या पदराखालील दहशतवादी पिलावळीला 'ऑपरेशन सिंदूर'ने कधीही विसरू शकणार नाही असा तडाखा दिला आहे आणि म्हणूनच भारताची ही कारवाई विलक्षण धाडसी आणि धाक प्रस्थापित करणारी आहे.

अमेरिकेतील लष्करी रणनीतीज्ञ आणि अमेरिकेच्या पेंटगॉनच्या स्ट्रॅटेजिक रीसर्च ग्रूपचे

सदस्य असलेल्या जॉन स्पेन्सर यांनी 'ऑपरेशन सिंदूर' विषयी कौतुकाचे उद्गार काढले आहेत. भारताने 'ऑपरेशन सिंदूर' मधून निर्णायक विजय प्राप्त केल्याचे मत त्यांनी मांडले आहे. त्यांच्या मते, भारताची ही कारवाई चार दिवसांतच आटोपती घेण्यात आली खरी, परंतु त्यामागे जी पुढील उद्दिष्ट्ये होती ती पूर्ण केली गेली –

१. दहशतवाद्यांच्या साधनसुविधा उद्ध्वस्त करणे.

२. आपल्या सैन्यदलांचे वर्चस्व दर्शविणे.

३. भारताचा धाक प्रस्थापित करणे.

४. आपल्या नव्या राष्ट्रीय सुरक्षा नीतीचे सूतोवाच करणे.

स्पेन्सर यांनी 'ऑपरेशन सिंदूर' कारवाईसंबंधी लिहिले,

''दहशतवादी हल्ल्याला भारताने दिलेले लष्करी प्रत्युत्तर हे जबरदस्त स्वरूपाचे तरीही नियंत्रित, अचूक, निर्णायक आणि विनासंकोच होते. अशा प्रकारची स्पष्टता ही आधुनिक युद्धांमध्ये दुर्मीळ आहे. 'कायमस्वरूपी युद्धे' चाललेल्या आजच्या काळामध्ये आणि विशिष्ट सामरिक दिशा नसलेल्या हिंसाचाराच्या चक्रामध्ये 'ऑपरेशन सिंदूर' हे वेगळे उठून दिसते. स्पष्टपणे ठरवली गेलेली उद्दिष्टे, त्याच्याशी सुसंगत पद्धती आणि साधने यांच्यासह मर्यादित युद्धाचा एक आदर्श ते प्रस्तुत करते.''

''नियंत्रित चढत्या श्रेणीने एक सुस्पष्ट धाक दाखवणारा संदेश दिला की भारत प्रत्युत्तर देईल आणि त्याची गती त्याने नियंत्रित ठेवलेली आहे. भारताने राखलेला संयम हा त्याचा कमकुवतपणा नाही.''

अर्थात, 'ऑपरेशन सिंदूर'मुळे ह्यापुढे भारतात दहशतवादी हल्ले होणारच नाहीत असे नव्हे. किंबहुना पूर्वीपेक्षा अधिक विनाशकारी हल्ले चढविले जाण्याची तयारीही दहशतवादी करू शकतात. पाकिस्तान तर आपण गमावलेल्या प्रतिष्ठेखातर चीनच्या मदतीने भारताविरुद्ध आकाशपाताळ एक करण्याचा प्रयत्न करील. परंतु 'ऑपरेशन सिंदूर' ही जोवर भारताची नवी रणनीती राहील, तोवर भारतमातेविरुद्ध कोणतेही पाऊल उचलण्याआधी पाकिस्तान आणि त्याने पोसलेली पिलावळ परिणामांचा विचार दहावेळा तरी निश्चित करील! 'ऑपरेशन सिंदूर'चे खरे यश हे आहे...

भारताच्या ग्लोबल आऊटरीच मोहिमेत सहभागी सर्वपक्षीय शिष्टमंडळ.

ऑपरेशन सिंदूरची वैशिष्ट्ये

» आपली कारवाई ही सुरूवातीला केवळ दहशतवादाविरुद्ध आहे व त्यात केवळ त्यांचे अड्डेच अगदी नेमकेपणाने लक्ष्य केले गेलेले आहेत, कोठेही पाकिस्तानच्या लष्करी किंवा नागरी ठिकाणांना बाधा पोहोचवली गेलेली नाही हे भारताने वारंवार आणि सप्रमाण सांगितले. खरोखरच नऊ दहशतवादी तळ उद्ध्वस्त करताना शस्त्रास्त्रांची देखील एवढी बारकाईने व काटेकोर निवड केली गेली होती की, दहशतवादी तळांच्या शेजारील नागरी वस्त्यांचे काहीही नुकसान झालेले दिसले नाही.

» पाकिस्तानच्या ११ हवाई दलाच्या तळांवरील हल्लेही अगदी नेमकेपणाने व जे लक्ष्य ठरवले होते, तेच उद्ध्वस्त करणारे होते. सगळ्या कारवाईचे प्रत्यक्ष उपग्रह छायाचित्रांचे पुरावे देखील वेळीच सादर झाले, त्यामुळे सर्जिकल स्ट्राईक किंवा बालाकोट कारवाईप्रमाणे पुरावे द्या अशी मागणी करण्याची संधी राजकीय विरोधकांना मिळाली नाही किंवा पाकिस्तानलाही नागरी नुकसान झाल्याचे दावे करता आले नाहीत.

» भारताची कारवाई बैसरान हल्ल्याच्या पार्श्वभूमीवर केवळ शत्रूच्या प्रदेशातून

घातपाती कारवाई करणाऱ्यांविरुद्ध होती व आंतरराष्ट्रीय कायद्यातील स्वसंरक्षणाच्या अधिकाराखालीच केली गेली होती. राजनैतिक भाषेत ज्यांना 'नॉन स्टेट ॲक्टर्स' संबोधले जाते, अशा दहशतवाद्यांविरुद्ध त्यांना आश्रय देणाऱ्या शत्रूच्या प्रदेशात घुसून धडा शिकवण्यासाठी कारवाई करण्याचे धारिष्ट्य आणि अण्वस्त्रांच्या धाकामुळे भारत जेथपर्यंत पोहोचणार नाही असे दहशतवाद्यांना वाटत होते, तेथवर हल्ला चढवण्याची धमक भारताने दाखवली.

» स्वसंरक्षणाचा अधिकार आंतरराष्ट्रीय कायद्याने देशांना दिलेला आहे आणि संयुक्त राष्ट्रांच्या चार्टर ५१ मध्येही स्वसंरक्षणार्थ बळाच्या वापरास अपवाद मानले गेले आहे. वर्ल्ड ट्रेड सेंटरवरील हल्ल्यानंतर अमेरिकेनेही हा अधिकार वापरत इतर देशांतील 'नॉन स्टेट ॲक्टर्स' विरुद्ध हल्ले चढवले होते. २०११ मधली ओसामा बिन लादेनवरील पाकिस्तानातील कारवाई किंवा २०१४ मधील सीरियामधील आयसिसविरुद्धची कारवाई ह्याच कलमाकडे बोट दाखवत केली गेली होती. एखाद्या देशाच्या वतीने तेथील 'नॉन स्टेट ॲक्टर्स' दुसऱ्या देशाविरुद्ध दहशतवाद पसरवत असतील आणि तो देश त्यांच्यावर कारवाईस अनुत्सुक असेल, तर अशा दहशतवाद्यांवर कारवाईस हे कलम ५१ मुभा देते. अशावेळी शत्रूराष्ट्राच्या सैन्याविरुद्धही आवश्यकतेनुसार व प्रमाणबद्ध स्वरूपातील कारवाई करता येते. भारताने आपली कारवाई ह्या कलमाच्या कक्षेत ठेवली.

» ही कारवाईही आंतरराष्ट्रीय हस्तक्षेपास वाव न देता अगदी प्रमाणबद्ध स्वरूपात करण्यात आली व उद्दिष्टप्राप्ती झाल्यावर संधी चालून येताच विषय चिघळू न देता किंवा इस्रायल – गाझा संघर्षासारखी महिनोन्महिने रेंगाळू न देता आटोपतीही घेतली. मात्र, पुन्हा वाटेला जाल तर अधिक कडक प्रत्युत्तर देऊ हा धाकही पाकिस्तानला ह्या कारवाईने बसवला.

» अमेरिकेतील लष्करी रणनीतीज्ञ हर्मन कान यांनी संकल्पिलेल्या 'एस्कलेशन लॅडर' ह्या संकल्पनेत संघर्ष चिघळण्याचे ४४ टप्पे दाखवले गेले आहेत. 'ऑपरेशन सिंदूर' चे एक वैशिष्ट्य म्हणजे अण्वस्त्रसज्ज पाकिस्तानात १०० कि. मी. घुसून हल्ले चढवूनही भारताने संरक्षणक्षेत्रातील परिभाषेतील 'एस्कलेशन लॅडर' चे जास्त टप्पे ओलांडले गेलेले नाहीत असे जगाला दाखवले. 'कंट्रोलिंग एस्कलेशन इज अ की टू डिटरन्स' असे म्हटले जाते. भारताने नेमके हेच धोरण ठेवून परिस्थिती हाताबाहेर जाणार नाही ह्याची कटाक्षाने काळजी घेतली.

» पाकिस्तानने काश्मीर ते भूजपर्यंतच्या जवळजवळ दीड हजार कि. मी. सीमेवर लाटालाटांनी हल्ले चढवले, परंतु भारताच्या इंटिग्रेटेड एअर कमांड अँड कंट्रोल सिस्टमने म्हणजेच आयएसीसीएसने आपली कमाल दाखवत पाकिस्तानकडून झालेले जवळजवळ सगळे हल्ले निष्फळ ठरवले. जमिनीवरील किंवा हवेतील सर्व टेहळणी यंत्रणांना जोडणारी ही आयएसीसीएस पाकिस्तानचा हल्ला रोखण्यात मोलाची भूमिका बजावणारी ठरली. पाकिस्तानकडून झालेल्या हल्ल्यात ताशी हजारो कि. मी. वेगाची क्षेपणास्त्रे जशी होती, तशीच जेमतेम ताशी पंचवीस तीस कि. मी. च्या वेगाने जाणारी ड्रोनदेखील होती, परंतु ह्या दोन्ही प्रकारच्या हल्ल्याला आपल्या एल ७० गन्सपासून आकाशतीर आणि एस ४०० पर्यंतच्या एकात्मिक हवाई संरक्षण प्रणालीने समर्थपणे तोंड दिले.

» दहशतवादी तळांवर व नंतर प्रत्युत्तरादाखल भारताने चढवलेल्या हल्ल्यामध्ये ब्राह्मोस क्षेपणास्त्रे, राफेलला जोडलेली स्काल्प क्षेपणास्त्रे, हॅमर बॉम्ब, कामिकाझे ड्रोन आणि क्रुझ क्षेपणास्त्रांचा वापर झाला असे आजवर उपलब्ध माहितीवरून दिसते. त्यांनी पाकिस्तानची हवाई संरक्षण प्रणाली निष्प्रभ तरी केली, किंवा उडवून तरी दिली. भारताने दिलेल्या प्रत्युत्तराचे लक्ष्य मुख्यत्वे पाकिस्तानचे रडार, हवाई संरक्षण प्रणाली आणि हवाई तळ होते, ज्यांचे अपरिमित नुकसान झाले. पाकिस्तानच्या हवाई दलाची किमान वीस टक्के हानी भारताच्या कारवाईत झाली असे अनुमान आहे. ह्या हानीमुळेच पाकिस्तानला युद्धविरामासाठी धावाधाव करावी लागली.

» १९७१ च्या युद्धानंतर प्रथमच भारताने आपल्या हवाई सामर्थ्याचा पाकिस्तानविरुद्ध वापर केला. ७१ चे युद्ध वगळता, ह्यापूर्वीच्या १९४७-४८ व १९६५ च्या युद्धांमध्ये व १९९९ कारगिल संघर्षातही हवाई दलाचा फारच मर्यादित वापर झालेला होता. उरीवरील दहशतवादी हल्ल्यानंतर भारताने नियंत्रण रेषा पायी पार केली होती. पुलवामा हल्ल्यानंतर नियंत्रण रेषा पार करून भारतीय लढाऊ विमाने खैबर पख्तूनख्वामधील बालाकोटपर्यंत धडकली होती. ह्यावेळी शत्रूच्या अण्वस्त्रांची तमा न बाळगता पाकिस्तानचे हृदय गणल्या जाणाऱ्या पंजाब आणि सिंधपर्यंत भारताने हल्ले चढवले.

» पाकिस्तानमधील दहशतवादी तसेच हवाई दलाचे तळ लक्ष्य करताना देखील अचूक गुप्तचर माहिती, काटेकोर नियोजन, योग्य शस्त्रास्त्रांचा वापर, संभाव्य प्रतिकाराची शक्यता गृहित धरणे आणि तिला गुंगारा देत अचूक लक्ष्यभेद करणे ह्या सगळ्यात भारतीय सैन्यदलांनी खरोखरच कमाल केली. महत्त्वाचे म्हणजे आंतरराष्ट्रीय स्तरावर पाकिस्तान

एकाकी पडलेला आहे ह्याची खात्री करून घेऊनच त्याला कायम लक्षात राहील असा धडा शिकवला गेला. प्रत्यक्ष संघर्षावेळीही चीन, तुर्किये आणि अझरबैजान हे तीन देश सोडल्यास इतर देश तटस्थ व केवळ दोन्ही देशांना तणाव कमी करण्याचे आवाहन करीत अलिप्त राहिले.

» बैसरान हल्ल्याचा सूड उगवण्याबाबत पंतप्रधान नरेंद्र मोदी सरकारचा पक्का निर्णय झाला होता. त्याबाबत संपूर्ण राजकीय स्पष्टता होती. विरोधी पक्षांनीही त्या सुरात सूर मिळवला होता. त्यामुळे राजकीय एकजूट निर्माण झाल्याने परिस्थितीची व परिणामांची चाचपणी करीत वेगवान निर्णय झाले. सर्वांत महत्त्वाचे म्हणजे तिन्ही सैन्यदलांनी विलक्षण समन्वयाने आणि एकत्रितपणे 'ऑपरेशन सिंदूर'मध्ये आपापले योगदान दिले. मोदी सरकारने निर्माण केलेल्या चीफ ऑफ डिफेन्स स्टाफ ह्या पदाचे महत्त्व ह्या मोहिमेत सर्वांना कळून चुकले.

» भारतीय हवाई दल, लष्कर, नौदल, सीमा सुरक्षा दल आदींमधील अभूतपूर्व समन्वय हे 'ऑपरेशन सिंदूर'चे ठळक वैशिष्ट्य राहिले. तिन्ही सैन्यदलांच्या हवाई संरक्षण प्रणालींच्या एकात्मिक प्रतिकाराने पाकिस्तानचे सर्व हवाई हल्ले परतवून लावले. नौदलाने प्रत्यक्ष हल्ले चढवले नसले, तरी नौदलाच्या कॅरियर बॅटल ग्रूप (सीबीजी) त्यावरील मिग २९ के विमाने आणि एअरबॉर्न अर्ली वॉर्निंग हेलिकॉप्टरांनीही आवश्यक हवाई टेहळणी व संरक्षण पुरवले.

» ऑपरेशन सिंदूर' कारवाई सुरू असताना भारतीय नौदलाने अरबी समुद्रातून पाकिस्तानवर वचक ठेवला. कराची बंदर आणि जवळचे महंमद बिन कासीम बंदर ही पाकिस्तानची अत्यंत महत्त्वाची बंदरे. पाकिस्तानची ९५ टक्के इंधन आयात व इतर मालाची आयात या बंदरांतून होते. भारतीय नौदलाने कराची बंदरावर अहोरात्र नजर ठेवून पाकिस्तानला बाह्य शक्तींकडून शस्त्रास्त्रपुरवठा होणार नाही ह्यावर आणि पाकिस्तानच्या हालचालींवर देखरेख ठेवली.

» मोदी सरकारकडून झालेली तिन्ही सैन्यदलांच्या प्रमुखांची – चीफ ऑफ डिफेन्स स्टाफ पदाची २०१९ साली झालेली निर्मिती, सीडीएसच्या नेतृत्वाखालील डिपार्टमेंट ऑफ मिलिटरी अफेअर्सची २०२० झाली स्थापना, तिन्ही सेनांचे एकत्रित मुख्यालय, इंटर सर्व्हिसेस ऑर्गनायझेशन कमांड, कंट्रोल अँड डिसिप्लीन ॲक्ट २०२३ हा संमत झालेला कायदा, तिन्ही सैन्यदलांचे मुंबई, पोर्ट ब्लेअर व गुवाहाटी येथे उभारले गेलेले जॉइंट

लॉजिस्टिक नॉड्स (जेएलएन), तिन्ही सैन्यदलांचे 'डिफेन्स कम्युनिकेशन नेटवर्क', एकत्रित प्रशिक्षण तसेच कवायती ह्या सगळ्याचा फायदा 'ऑपरेशन सिंदूर' दरम्यान दिसून आला.

  ❯❯ हा संघर्ष आजवरच्या भारत – पाक संघर्षापेक्षा सर्वस्वी वेगळा व आधुनिक युद्धतंत्राचे महत्त्व अधोरेखित करणारा होता. आपल्या नजरेच्या टप्प्यापलीकडील शत्रूशी ही लढाई होती. मानवरहित शस्त्रास्त्रांचा, इलेक्ट्रॉनिक वॉरफेअरचा ह्यामध्ये मोठ्या प्रमाणात वापर झाला. त्यामध्ये जशी मोठी क्षेपणास्त्रे होती, तशीच कमी खर्चिक ड्रोनदेखील होती. भविष्यातील युद्धाचे स्वरूप कसे असेल याची चुणूक ह्या संघर्षात पाहायला मिळाली. एकाचवेळी अनेक आघाड्यांवर युद्ध लढावे लागू शकते ह्याची झलकही दिसली. आर्टिफिशियल इंटेलिजन्सपासून उपग्रहाधारित छायाचित्रणापर्यंत अनेक गोष्टींची मदत घेतली गेली.

  ❯❯ स्वदेशी बनावटीच्या संरक्षण प्रणालींचे महत्त्व 'ऑपरेशन सिंदूर' मध्ये अधोरेखित झाले. देशी बनावटीच्या विविध हवाई संरक्षण प्रणाली, क्षेपणास्त्रे, उपग्रह ह्या सगळ्याची ह्या संघर्षात महत्त्वाची भूमिका राहिली. संरक्षणक्षेत्राला अधिक आत्मनिर्भर करण्याची गरजही ह्यामुळे स्पष्ट झाली. सार्वजनिक क्षेत्रातील संरक्षण उद्योगांबरोबरच खासगी क्षेत्रातील कंपन्या, छोटे व मध्यम उद्योग तसेच स्टार्टअप्स यांचे देखील ह्या क्षेत्रात योगदान महत्त्वाचे आहे हेही दिसून आले. २०१४ साली घोषित झालेल्या 'मेक इन इंडिया' उपक्रमाचे फळ ह्यावेळी मिळाले. युद्धकाळात आयात करण्याची पाळी ओढवली नाही.

  ❯❯ भारतीय संरक्षण उद्योगाची ओळखही ह्या संघर्षातील भारताच्या यशामुळे जगाला पटली आहे. त्याचा फायदा देशातील संरक्षण उत्पादकांना झाल्याशिवाय राहणार नाही. दशकापूर्वीपेक्षा आज भारताची संरक्षण निर्यात दहा बारा पटींनी वाढली आहे. ह्यापुढे ती अधिक वाढण्याच्या शक्यता भारताच्या यशामुळे निर्माण झाल्या आहेत. सन २०३० पर्यंत जगातील पहिल्या पाच संरक्षण सामुग्री निर्मात्या देशांमध्ये स्थान प्राप्त करण्याचा भारताचा संकल्प साकार होऊ शकतो.

  ❯❯ पाकिस्तानने चीन, तुर्किये यांनी पुरवलेल्या शस्त्रास्त्रांचा वापर केला. हा संघर्ष चालला असताना चीनकडून भारताच्या हालचालींची प्रत्यक्ष माहिती पाकिस्तानला त्या त्या वेळी मिळत होती, परंतु त्याची तमा न बाळगता भारताने इच्छित कारवाई केली. शस्त्रास्त्रांसाठी भारतही पूर्वीप्रमाणे केवळ रशियावर अवलंबून नसून रशियाच्या मदतीने बनवलेली ब्राह्मोस, एस ४०० हवाई संरक्षण प्रणाली, फ्रान्सकडून मिळवलेली राफेल,

इस्रायलकडून मिळवलेले हॅमर बॉम्ब आणि द्रोन, अमेरिका आणि इतर देशांकडून मिळवलेली इतर शस्त्रास्त्रे यामुळे भारत कोणत्याही एखाद दुसऱ्या देशावर अवलंबून नाही हेही ह्या संघर्षात दिसले.

» 'ऑपरेशन सिंदूर' ही केवळ चार दिवसांची किंवा शंभर तासांची मोहीम नव्हे, तर ही भारताची पाकिस्तान आणि दहशतवादासंदर्भातील नवीन नीती राहील (न्यू नॉर्मल) हे भारत सरकारने स्पष्ट केलेले असल्याने ह्यापुढील काळात दहशतवादी हल्ला झाल्यास त्याच पातळीवरचे उत्तर दहशतवाद्यांना आणि त्यांच्या पाठीराख्यांना दिले जाईल. दहशतवादी आणि पाठीराखे यांच्यात भेद केला जाणार नाही, आण्विक ब्लॅकमेलिंग सहन केले जाणार नाही असे पंतप्रधानांनी आधीच स्पष्ट केलेले आहे. भारताच्या विदेशनीतीतील हे परिवर्तन लक्षणीय आहे. ह्यापुढे दहशतवादाला पाठिंबा दिला तर त्याची किंमत मोजावी लागेल, नामानिराळे होता येणार नाही हा इशारा भारताने पाकिस्तानला 'ऑपरेशन सिंदूर' मधून दिलेला आहे.

» 'ऑपरेशन सिंदूर' ने पाकिस्तानला आणि पाकिस्तानातून भारतविरोधी घातपाती कारवाया करीत आलेल्या दहशतवाद्यांना एक निश्चित इशारा दिलेला आहे की यापुढे भारताची प्रत्युत्तराची लक्ष्मणरेषा अधिक जवळ आलेली आहे. त्यामुळे कोणत्याही दहशतवादी हल्ल्याचे घाव भारत मुकाट सहन करणार नाही. त्याचे उत्तर मिळेल आणि जबरदस्त मिळेल. ते केवळ शाब्दिक इशाऱ्यांवर थांबणार नाही.

» दहशतवाद्यांना खरोखरीची शिक्षा मिळेल असे हे खणखणीत प्रत्युत्तर असेल, नुसते वरवरचे नव्हे. ह्या दिल्या गेलेल्या शिक्षेचे भक्कम पुरावे देखील जनतेसमोर मांडले जातील, जेणेकरून कोणाच्या मनामध्ये त्याविषयी संशय राहू नये. ह्यापूर्वीच्या भारताच्या कारवायांसंदर्भात प्रश्न उपस्थित करणाऱ्यांना यापुढे ती संधी मिळणार नाही हेही ऑपरेशन सिंदूर कारवाईचे भक्कम पुरावे सादर करून सूचित करण्यात आलेले आहे.

» भारताच्या कारवाईसंदर्भात पाकिस्तानने अफवा आणि अपप्रचाराची मोठी मोहीम समाजमाध्यमांच्या द्वारे उभारल्याचे दिसून आले. भारत सरकारच्या पत्र सूचना कचेरीने ह्या सगळ्या अफवा आणि खोट्या बातम्यांचा वेळोवेळी पर्दाफाश केला. 'ऑपरेशन सिंदूर' राबवताना आमचा पंधरा टक्के वेळ केवळ पाकिस्तान पसरवीत असलेल्या गोष्टी खोट्या आहेत हे सिद्ध करण्यात गेला, असे तिन्ही सैन्यदलांचे प्रमुख अनिल चौहान यांना सांगावे लागले.

» जागतिक जनमत ह्यावेळी सर्वस्वी भारताच्या बाजूने राहावे असा प्रयत्न केला गेला. त्यासाठी पंतप्रधान आणि विदेशमंत्री सातत्याने विविध राष्ट्रप्रमुखांच्या संपर्कात राहिले. नरेंद्र मोदींच्या काळात भारताच्या उंचावलेल्या जागतिक प्रतिमेचा फायदाही ह्यावेळी स्पष्ट दिसून आला.

» 'ऑपरेशन सिंदूर' मोहीम संपल्यानंतर लागलीच सर्वपक्षीय शिष्टमंडळे जगभरातील देशोदेशी रवाना करून भारताची भूमिका मांडली गेली आणि पाकिस्तानचा दहशतवादाची पाठराखण करणारा काळा चेहरा उघडा पाडला गेला. त्यामुळे भारताच्या बाजूने जागतिक जनमत तयार होण्यास मदत झाली. विविध पक्षांचे ५१ खासदार आणि ८ माजी राजदूतांनी युरोप, आफ्रिका, पूर्व आशिया, लॅटिन अमेरिका आणि अमेरिका आदी खंडांतील ३३ देशांना भेटी दिल्या.

» 'ऑपरेशन सिंदूर' नंतर मित्र कोण आणि शत्रू कोण हे स्पष्ट होण्यास मदत झाली. अमेरिकेची पाकिस्तानसंदर्भातील दुटप्पी नीतीही उघडी पडली. भारताची प्रगती रोखण्यासाठी अमेरिका पाकिस्तानशी पुन्हा जवळीक साधू शकते ह्याचे संकेतही डोनाल्ड ट्रम्प यांनी पाकिस्तानी लष्करप्रमुख असीम मुनीर यांना भोजन दिल्याने मिळाले आहेत. दुसरीकडे, चीन आणि पाकिस्तान उघडपणे जवळ आले असून स्थगित असलेल्या 'सार्क'ला पर्याय निर्माण करण्याचे प्रयत्न चालले आहेत.

» 'ऑपरेशन सिंदूर' च्या धाकाने पाकिस्तान आणि पाकिस्तानस्थित दहशतवादी संघटना भारतविरोधी घातपाती कारवाया थांबवतील असे नाही. उलट भारतावर अधिक संघटितपणे व अधिक घातक दहशतवादी हल्ले चढवण्याचे भविष्यात प्रयत्न होतील, परंतु पंतप्रधान नरेंद्र मोदी यांनी आधीच स्पष्ट केल्यानुसार ह्यापुढे भारताच्या प्रत्युत्तराआधी संयमाची लक्ष्मणरेषा आता पूर्वीच्या तुलनेत कमी असेल.

» भविष्यात भारताला चीन आणि पाकिस्तानशी पूर्व आणि पश्चिम अशा दोन सीमांवर एकाचवेळी युद्ध लढावे लागू शकते. त्यादृष्टीने भारताला संरक्षणसज्जता करावी लागेल. नव्या युगासाठी हायपरसॉनिक, रॅमजॅट तंत्रज्ञानावरील व बंकर बस्टर्सचे काम बजावणारी क्षेपणास्त्रे विकसित करावी लागतील. संरक्षणक्षेत्रात आत्मनिर्भरता, अनेक राष्ट्रांकडून अत्याधुनिक संरक्षण सामुग्रीची वेगवान खरेदी याद्वारे ह्या आव्हानाला तोंड द्यावे लागेल.

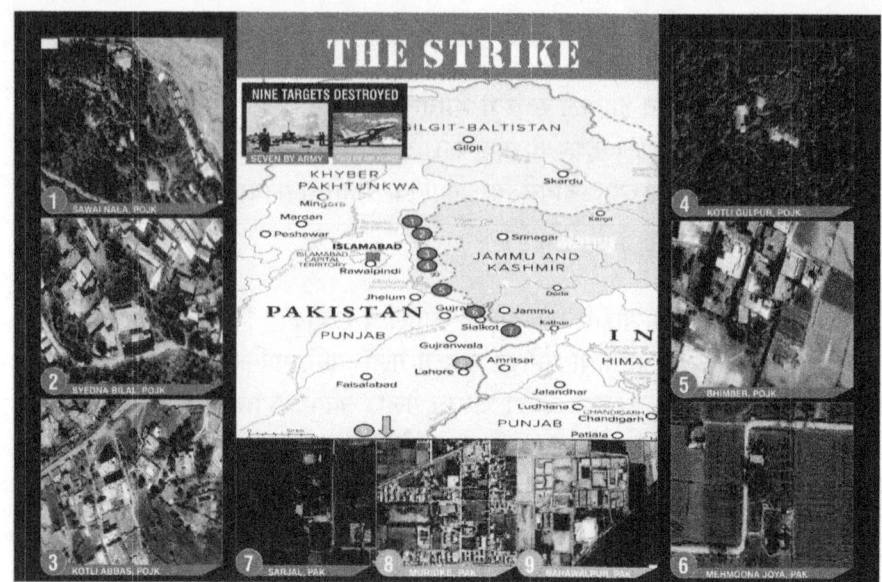

सौजन्य : बातचीत

ऑपरेशन सिंदूरचा घटनाक्रम

६/७ मे २०२५ ची रात्र :

» रात्री १.०५ वाजता पाकिस्तान व पाकिस्तानव्याप्त काश्मीरमधील नऊ दहशतवादी तळांवर भारताच्या हल्ल्यास सुरूवात.

» रात्री १.२८ वाजता भारतीय लष्कराच्या अधिकृत 'एक्स' हँडलवर (एडीजीपीआय) एक संदेश प्रकटला – **'प्रहाराय सन्निहिताः जयाय प्रशिक्षितः'** म्हणजे 'हल्ल्यासाठी सज्ज, विजयासाठी प्रशिक्षित!'

» रात्री १.५८ वाजता लष्कराच्या 'एक्स'वर 'ऑपरेशन सिंदूर' ह्या बोधचिन्हासह पुन्हा संदेश झळकला, **'जस्टीस इज सर्व्हड्, जय हिंद!'**

» रात्री २.४६ वाजता संरक्षणमंत्री राजनाथसिंह यांनी 'एक्स'वर लिहिले, 'भारत माता की जय!'

» रात्री ३.१० वाजता (भारतीय वेळेनुसार) अमेरिकेचे राष्ट्राध्यक्ष डोनाल्ड ट्रम्प यांनी भारताने केलेल्या हल्ल्यांबाबत निवेदन केले.

⏩ रात्री ३.१५ वाजता राष्ट्रीय सुरक्षा सल्लागार अजित डोवाल अमेरिकेचे विदेशमंत्री मार्को रूबियो यांच्याशी बोलले. भारताने केवळ दहशतवादी तळांवर हल्ला केल्याचे त्यांना सांगितले.

⏩ पाकिस्तानच्या इंटर सर्व्हिसेस पब्लिक रिलेशन्स (आयएसपीआर)चे लेफ्टनंट जनरल अहमद शरीफ चौधरी यांच्याकडून भारताच्या हल्ल्यांची कबुली.

दि. ७ मे २०२५ :

⏩ ७ मे रोजी पहाटे नियंत्रण रेषेवर पाकिस्तानकडून गोळीबार. भारताकडून प्रत्युत्तर

⏩ ७ मे रोजी रात्री साडेआठ वाजल्यापासून पाकिस्तानकडून श्रीनगरपासून भुजपर्यंतच्या भारतीय हवाई दलाच्या १४ तळांना ड्रोन व क्षेपणास्त्र हल्ल्यांद्वारे लक्ष्य करण्याचा प्रयत्न. सगळे हल्ले भारताच्या हवाई संरक्षण प्रणालीकडून निष्फळ. भारताकडून चोख प्रत्युत्तर.

दि. ८ मे २०२५ :

⏩ ८ मे रोजी रात्री भारताच्या संपूर्ण पश्चिम सीमेवर लेहपासून गुजरातमधील सर क्रीकपर्यंत किमान ३६ ठिकाणी पाकिस्तानकडून सुमारे ४०० ड्रोनद्वारे हल्ला. भारतीय हवाई संरक्षण प्रणालीकडून सर्व हल्ले निष्फळ. भारताकडून पाकिस्तानी हवाई तळांवर क्षेपणास्त्र हल्ले. पाकिस्तानच्या लाहोर व गुजरानवाला येथील रडार व हवाई संरक्षण प्रणाली उद्ध्वस्त. नियंत्रण रेषेवर गोळीबारात वाढ.

दि. ९ मे २०२५ :

⏩ ९ मे रोजी रात्री पाकिस्तानकडून पुन्हा श्रीनगरपासून नलियापर्यंत २६ ठिकाणी क्षेपणास्त्र व ड्रोन हल्ल्यांचा प्रयत्न. भारताकडून पाकिस्तानचे महत्त्वाचे हवाई तळ व तेथील हवाई संरक्षण प्रणाली उद्ध्वस्त. नियंत्रणरेषेवर पाकिस्तानचा गोळीबार सुरूच. भारताकडून चोख प्रत्युत्तर.

दि. १० मे २०२५ :

⏩ १० मे दुपारी ३.३५ वाजता पाकिस्तानकडून युद्धविरामाचा प्रस्ताव. भारताची मान्यता. संध्याकाळी ५ वाजल्यापासून युद्धविराम लागू होणार असल्याची घोषणा.

⏩ रात्री ८ वाजता पाकिस्तानकडून युद्धविरामाचे उल्लंघन. भारताच्या डीजीएमओंकडून पाकिस्तानी डीजीएमओंना हॉटलाइनवरून तंबी. युद्धविराम लागू.

परिशिष्ट

ऑपरेशन सिंदूर ही न्यायाची अखंड प्रतिज्ञा

युद्धविरामानंतर दि. १२ मे २०२५ रोजी पंतप्रधानांनी देशाला दूरचित्रवाणीवरून केलेले संबोधन

प्रिय देशवासीयांनो... नमस्कार!

आपण सर्वांनी गेल्या काही दिवसांत देशाचे सामर्थ्य आणि त्याचा संयम दोन्ही पाहिलं आहे. मी सर्वप्रथम भारताच्या पराक्रमी सैन्यदलांना, सशस्त्र दलांना, आपल्या गुप्तहेर संस्थांना, आपल्या वैज्ञानिकांना प्रत्येक भारतीयाच्या वतीने सलाम करतो. आपल्या शूर सैनिकांनी ऑपरेशन सिंदूरच्या लक्ष्यप्राप्तीसाठी असीम शौर्य गाजवले. मी त्यांचे शौर्य, त्यांचे साहस, त्यांचा पराक्रम आज समर्पित करतो आहे. आपल्या देशाच्या प्रत्येक मातेला, देशाच्या प्रत्येक भगिनीला आणि देशाच्या प्रत्येक कन्येला हा पराक्रम समर्पित करतो आहे.

मित्रहो, २२ एप्रिलला पहलगाममध्ये दहशतवाद्यांनी ज्या क्रौर्याचे प्रदर्शन मांडले, त्याने देशाला आणि जगालाही हादरवून टाकले होते. सुट्टीचा आनंद घेणाऱ्या

निर्दोष, निरपराध नागरिकांना धर्म विचारून त्यांच्या कुटुंबासमोर, त्यांच्या मुलांसमोर निर्घृणपणे मारून टाकणे हा दहशतीचा अतिशय बीभत्स चेहरा होता, क्रौर्य होते. देशातला एकोपा आणि सुसंवाद भंग करण्याचाही हा किळसवाणा प्रयत्न होता. मला व्यक्तिशः याचा फार त्रास झाला. या दहशतवादी हल्ल्यानंतर सारा देश, प्रत्येक नागरिक, प्रत्येक समाज, प्रत्येक वर्ग, प्रत्येक राजकीय पक्ष एकमुखाने दहशतवादाविरोधात कठोर कारवाईसाठी उभा राहिला. आम्ही दहशतवाद्यांना धूळ चारण्यासाठी भारताच्या सैन्यदलांना पूर्ण मुभा दिली. आणि आज प्रत्येक दहशतवाद्याला, प्रत्येक दहशतवादी संघटनेला हे पुरेपूर समजले आहे की आमच्या बहिणींच्या आणि मुलींच्या कपाळावरचे कुंकू – सिंदूर पुसण्याचा परिणाम काय होतो.

मित्रहो, ऑपरेशन सिंदूर हे फक्त नाव नाही. देशातल्या कोट्यवधी लोकांच्या भावनांचे हे प्रतिबिंब आहे. ऑपरेशन सिंदूर ही न्यायाची अखंड प्रतिज्ञा आहे. सहा मेच्या रात्री उशिरा व सात मेच्या सकाळी साऱ्या जगाने ही प्रतिज्ञा प्रत्यक्षात येताना पाहिली आहे. भारताच्या सैन्यदलांनी पाकिस्तानात दहशतवादाच्या तळांवर व त्यांच्या प्रशिक्षण केंद्रांवर अचूक प्रहार केला. दहशतवाद्यांना स्वप्नातही वाटले नसेल, की भारत इतका मोठा निर्णय घेऊ शकेल. पण जेव्हा देशाची एकजूट होते तेव्हा 'राष्ट्र प्रथम' या भावनेने देश भारून जातो. राष्ट्र सर्वोपरि असते तेव्हा पोलादी निर्णय घेतले जातात. अपेक्षित परिणाम घडवून दाखवले जातात. जेव्हा पाकिस्तानात दहशतीच्या अड्ड्यांवर भारताच्या क्षेपणास्त्रांनी हल्ला केला, भारताच्या ड्रोन्सनी हल्ला केला, तेव्हा दहशतवादी संघटनांच्या केवळ इमारतीच नाही, तर त्यांचे धैर्यही डळमळीत झाले. बहावलपूर आणि मुरीदके यांसारखे दहशतवाद्यांचे तळ, एक प्रकारे जागतिक दहशतवादाची विद्यापीठे बनली होती. जगात कुठेही जे मोठे दहशतवादी हल्ले झाले आहेत, मग तो ९/११ असो किंवा लंडन ट्यूब बॉम्बस्फोट असोत किंवा भारतात अनेक दशकांत जे मोठमोठे दहशतवादी हल्ले झाले, त्यांचे धागेदोरे दहशतवाद्यांच्या या तळांशी कुठे ना कुठे जोडलेले दिसत आले आहेत. दहशतवाद्यांनी आपल्या बहिणींच्या कपाळीचे कुंकू पुसले म्हणून भारताने दहशतीची ही मुख्यालये पुसून टाकली. भारताच्या या हल्ल्यांमध्ये शंभराहून अधिक क्रूरकर्मा दहशतवाद्यांना यमसदनी पाठविण्यात आले. दहशतवाद्यांचे कित्येक म्होरके आश्रयदाते गेल्या अडीच तीन दशकांपासून पाकिस्तानात राजरोस फिरत होते, जे भारताविरुद्ध कारस्थान करत होते, त्यांना भारताने एका झटक्यात संपवले आहे.

मित्रहो, भारताच्या या कारवाईमुळे पाकिस्तान घोर निराशेच्या खाईत ढकलला गेला होता. कमालीचा हताश झाला होता. बिथरला होता आणि याच बिथरलेपणाच्या भावनेतून त्याने आणखी एक दुःसाहस केले. दहशतवादाविरोधात भारताच्या कारवाईला साथ देण्याऐवजी पाकिस्तानने भारतावरच हल्ला करायला सुरूवात केली. पाकिस्तानने आपल्या

शाळा – महाविद्यालयांना, गुरुद्वारांना, मंदिरांना, सामान्य नागरिकांच्या घरांना लक्ष्य केले. पाकिस्तानने आपल्या सैनिकी तळांना लक्ष्य केले. पण यातही पाकिस्तानचा बुरखा गळून पडला. जगाने हे पाहिले की पाकिस्तानचे ड्रोन्स आणि क्षेपणास्त्रे भारतासमोर काड्या काटक्यांसारखी कशी उधळली गेली. भारताच्या सशक्त हवाई संरक्षण प्रणालीने त्यांना आकाशातच नष्ट करून टाकले.

पाकिस्तानने सीमेवर वार करण्याची तयारी केली होती. पण भारताने पाकिस्तानच्या छातीवरच प्रहार केला. भारताचे ड्रोन्स व भारताच्या क्षेपणास्त्रांनी अतिशय अचूक हल्ला केला. पाकिस्तानी वायुदलाच्या हवाई तळांची हानी केली, ज्यांच्याबद्दल पाकिस्तानला फारच घमेंड होती. भारताने पहिल्या तीन दिवसांतच पाकिस्तानला इतके उद्ध्वस्त केले, ज्याचा त्याला अंदाजही नव्हता. म्हणूनच तर भारताच्या आक्रमक कारवाईनंतर पाकिस्तानने सुटकेचे मार्ग शोधायला सुरूवात केली. पाकिस्तान जगाकडे तणाव कमी करण्यासाठी विनंतीची याचना करत होता आणि जबरदस्त मार खाल्ल्यानंतर, १० मे रोजी दुपारी, पाकिस्तानी सैन्याने आपल्या डीजीएमओशी संपर्क साधला. तोपर्यंत आपण दहशतवादाला पोसणाऱ्या पायाभूत सुविधा मोठ्या प्रमाणात नष्ट केल्या होत्या. दहशतवाद्यांना यमसदनी धाडण्यात आले होते. पाकिस्तानने अगदी हृदयाशी बाळगलेल्या दहशतवादी तळांना भारताने उद्ध्वस्त केले होते. म्हणूनच जेव्हा पाकिस्तानकडून विनंतीची याचना करण्यात आली, जेव्हा पाकिस्तानकडून हे सांगण्यात आले की त्यांच्याकडून यापुढे दहशतवादी कारवाया आणि लष्करी दुःसाहस होणार नाही. तेव्हा भारतानेही त्यावर विचार केला. आणि मी पुन्हा सांगतो, आपण पाकिस्तानमधील दहशतवादी आणि लष्करी तळांविरुद्धची आपली प्रत्युत्तरात्मक कारवाई सध्या फक्त स्थगित केली आहे. येत्या काळात आम्ही पाकिस्तानचे प्रत्येक पाऊल या निकषावर पारखू की तो नेमका कोणता दृष्टिकोन स्वीकारतो.

मित्रांनो, भारताची तिन्ही सैन्यदले आपले हवाई दल, भूदल आणि नौदल, सीमा सुरक्षा दल – बीएसएफ, भारताची निमलष्करी दले सातत्याने सतर्क आहेत. सर्जिकल स्ट्राईक आणि एअर स्ट्राईक नंतर आता ऑपरेशन सिंदूर हे दहशतवादाविरुद्ध भारताचे धोरण आहे. ऑपरेशन सिंदूरने दहशतवादाविरुद्धच्या लढाईत एक नवीन रेषा आखली आहे. एक नवीन मानक, एक नवीन उदाहरण घालून दिले आहे. **पहिले – जर भारतावर दहशतवादी हल्ला झाला तर त्याला सडेतोड उत्तर दिले जाईल. आपण आपल्या पद्धतीने, आपल्या स्वतःच्या अटींनिशी प्रत्युत्तर देऊ. दहशतवादाची मुळे जिथे जिथे उगम पावत असतील तिथे तिथे जाऊन आम्ही कठोर कारवाई करू.**

दुसरे – भारत कोणत्याही आण्विक ब्लॅकमेलला भीतीच्या बागुलबुवाला भीक घालणार नाही. आण्विक ब्लॅकमेलच्या आडून फोफावणाऱ्या दहशतवादी

अड्ड्यांवर भारत अचूक आणि निर्णायक हल्ला करील.

तिसरे – दहशतवादाला आश्रय देणारे सरकार आणि दहशतवादाचे सूत्रधार यांना आपण वेगवेगळे घटक समजणार नाही.

ऑपरेशन सिंदूर दरम्यान जगाने पुन्हा एकदा पाकिस्तानचे घृणास्पद सत्य अनुभवले. जेव्हा मारल्या गेलेल्या दहशतवाद्यांना अंतिम निरोप देण्यासाठी पाकिस्तानी सैन्याच्या वरिष्ठ अधिकाऱ्यांची गर्दी झाली. एखादा देश पुरस्कृत करत असलेल्या दहशतवादाचा हा जिवंत पुरावा आहे. आपण भारत आणि आपल्या नागरिकांना कुठल्याही प्रकारच्या धोक्यापासून वाचवण्यासाठी सातत्याने निर्णायक पावले उचलत राहू.

मित्रानो, रणागणांत प्रत्येकवेळी आपण पाकिस्तानवर मात केली आहे आणि यावेळी ऑपरेशन सिंदूरने नवा आयाम स्थापित केला आहे. आपण वाळवंट आणि पर्वतीय भागातही आपल्या क्षमतेचे शानदार प्रदर्शन केले आणि सोबतच नव्या पिढीच्या आधुनिक युद्धनीतीतही आपले श्रेष्ठत्व सिध्द केले. या ऑपरेशन दरम्यान, आपली मेड इन इंडिया शस्त्रे प्रमाणाच्या कसोटीवर खरी उतरली. आज जग पाहत आहे, एकविसाव्या शतकाच्या युद्धनीतीत मेड इन इंडिया संरक्षण उत्पादनांची वेळ आली आहे.

मित्रांनो, प्रत्येक प्रकारच्या दहशतवादाविरोधात आपल्या सगळ्यांची एकजूट ही आपली सर्वांत मोठी शक्ती आहे. निश्चितच हे युग युध्दाचे नाही, परंतु हे युग दहशतवादाचेही नाही. दहशतवादाविरोधात शून्य सहिष्णूता ही एका चांगल्या जगाची हमी आहे.

मित्रानो, पाकिस्तानी सैन्य, पाकिस्तानचे सरकार ज्याप्रकारे दहशतवादाला खतपाणी घालत आहे, तो एकदिवस पाकिस्तानलाच संपवून टाकील. पाकिस्तानला यातून वाचायचे असेल तर, त्याला आपल्या दहशतवादी पायाभूत सुविधा नष्ट कराव्या लागतील. याशिवाय, शांततेचा दुसरा मार्ग नाही. भारताचे मत एकदम स्पष्ट आहे. दहशतवाद आणि संवाद एकत्र होऊ शकत नाहीत. दहशतवाद आणि व्यापार एकत्र चालू शकत नाहीत आणि पाणी आणि रक्त हे देखील एकत्र वाहू शकत नाही. मला आज जागतिक समुदायाला सांगायचे आहे. आमचे जाहीर धोरण राहिले आहे, पाकिस्तानशी चर्चा होईल तर दहशतवादावर होईल. पाकिस्तानशी चर्चा होईल तर पाकव्याप्त काश्मीरवर होईल.

प्रिय देशवासीयांनो, आज बुद्धपौर्णिमा आहे. भगवान बुद्धांनी आपल्याला शांततेचा मार्ग दाखवला आहे. शांततेचा मार्गही शक्तीमार्गेच जातो. मानवता, शांतता आणि समृद्धीकडे अग्रेसर व्हावे. प्रत्येक भारतीयाला शांततेने जगता यावे, विकसित भारताचे स्वप्न पूर्ण करता यावे, यासाठी भारताने शक्तीशाली होणे गरजेचे आहे आणि आवश्यकता असेल तेव्हा, या शक्तीचा वापरही गरजेचा आहे आणि गेल्या काही दिवसांत भारताने हेच केले आहे. मी पुन्हा एकदा भारताचे सैन्य आणि सशस्त्रदलांना सलाम करतो. भारतीयांचा उत्साह आणि एकजुटीला वंदन करतो. खूप खूप धन्यवाद. भारत माता की जय !!!

भारताने उद्ध्वस्त केलेले बहावलपूरमधील जैश ए महंमदचे मुख्यालय

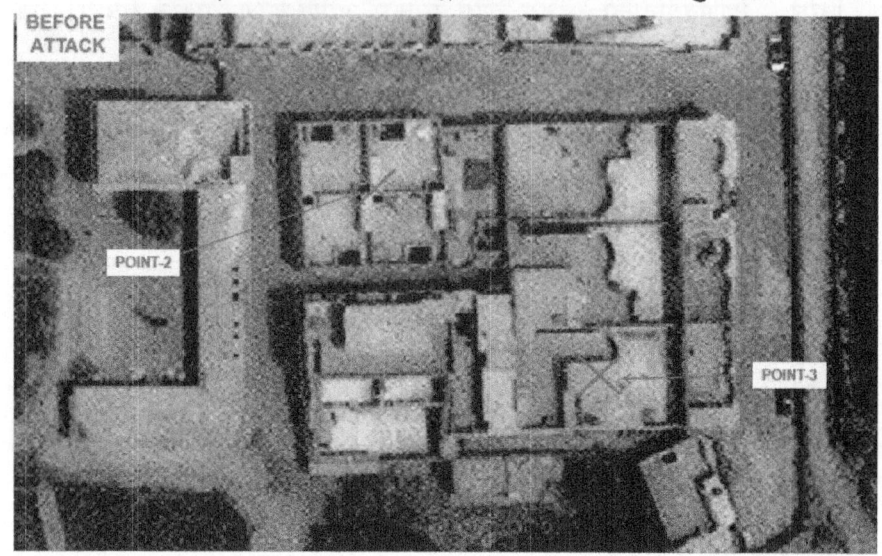

हल्ल्यापूर्वी

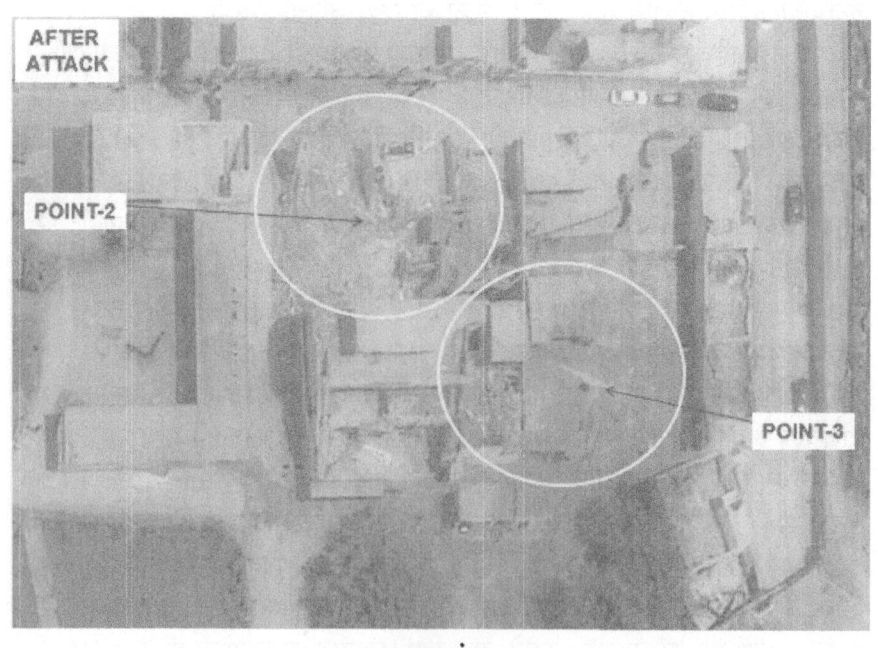

हल्ल्यानंतर

भारताने उद्ध्वस्त केलेले मुरिदकेमधील लष्कर ए तय्यबाचे मुख्यालय

हल्ल्यापूर्वी

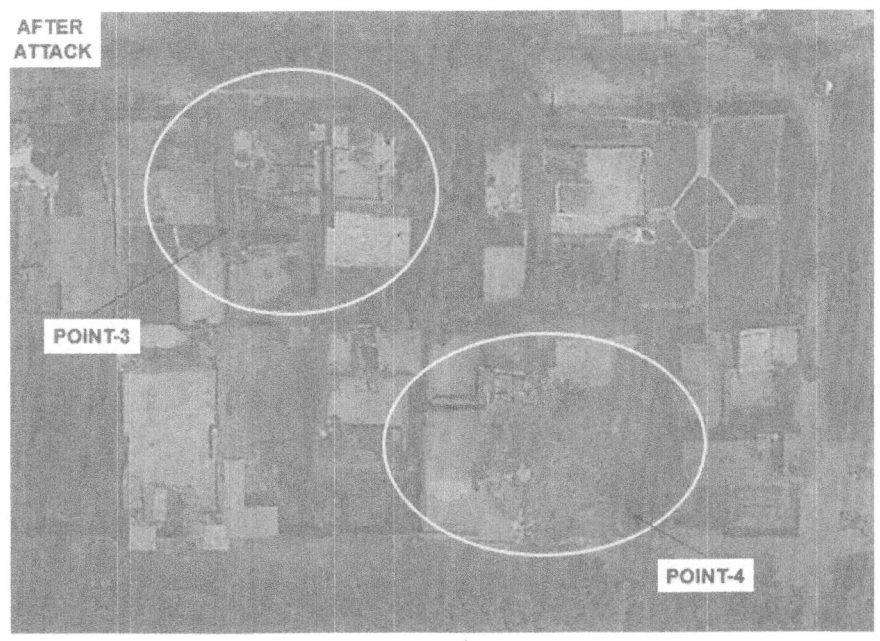

हल्ल्यानंतर

कोटली अब्बास दहशतवादी तळ

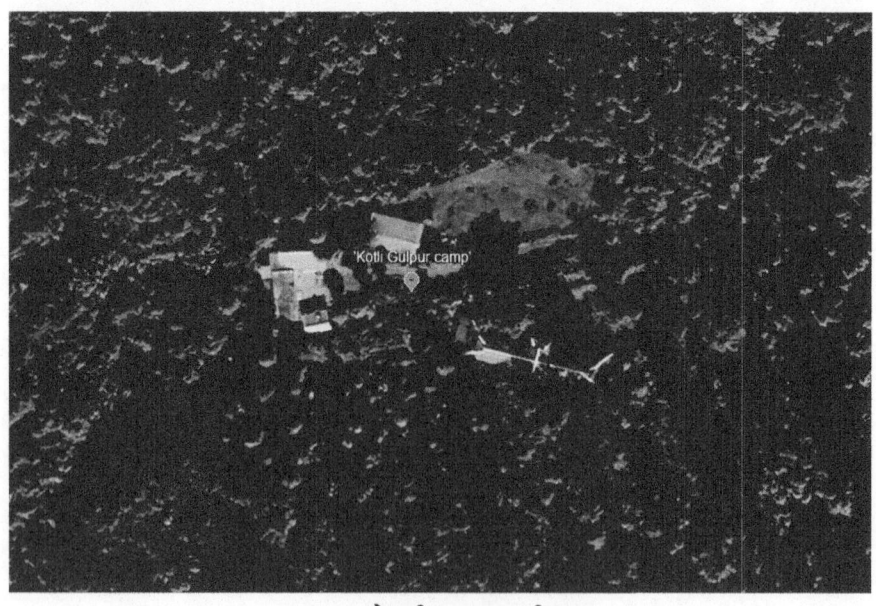

गुलपूर कोटली दहशतवादी तळ

मस्जीद अहले हदीस, बर्नाला भिंबर

सवाई नाला

हिज्बूल मुजाहिद्दीनचे मुख्यालय मेहमूना झोया.

मस्जीद सईदना बिलाल

भिंबर दहशतवादी तळ

एकीकडे भारताच्या राफेल विमानांनी पाकिस्तानात दहशतवादी अड्ड्यांवर आणि क्षेपणास्त्रांनी पाकिस्तानी हवाई तळांवर हाहाकार माजवला, तर दुसरीकडे पाकिस्तानने केलेल्या हल्ल्यांना आपल्या हवाई संरक्षण प्रणालीने समर्थपणे निष्फळ केले.

भारताने उद्ध्वस्त केलेला पाकिस्तानचा नूरखान हवाई तळ

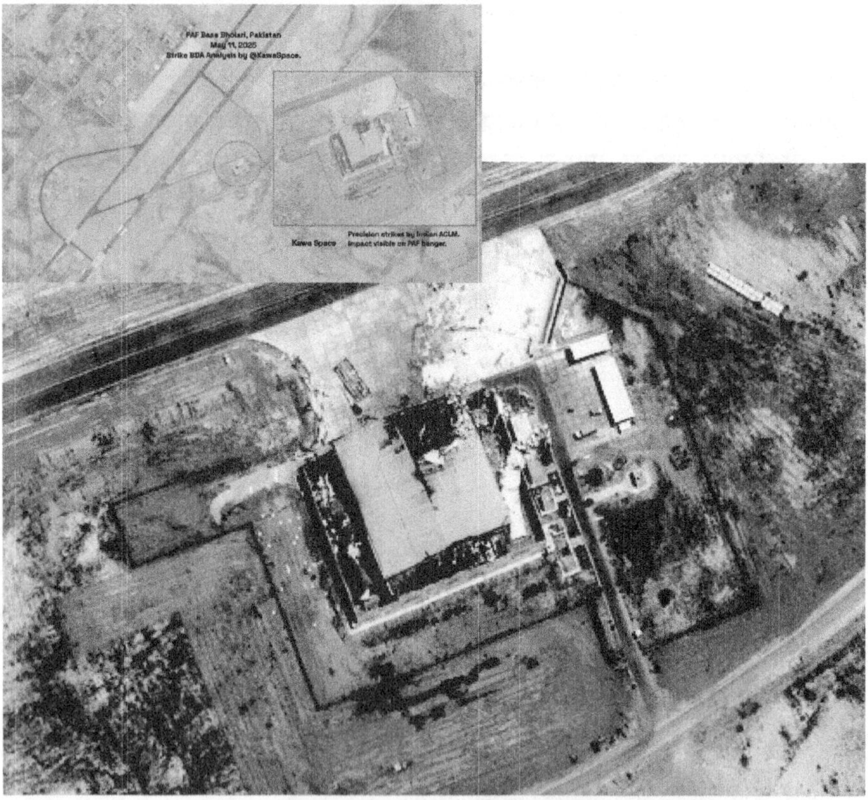

भारताने उद्ध्वस्त केलेला पाकिस्तानचा भोलारी हवाई तळ

PAF Base Mushaf — Sargodha, Pakistan
May 10, 2025
Strike BDA Analysis by @KawaSpace.

Post-strike imagery
analysis
shows the runway
destroyed by Indian
forces.

Kawa Space

सरगोधाच्या मुशफ हवाई तळाची धावपट्टीही उद्ध्वस्त केली गेली.

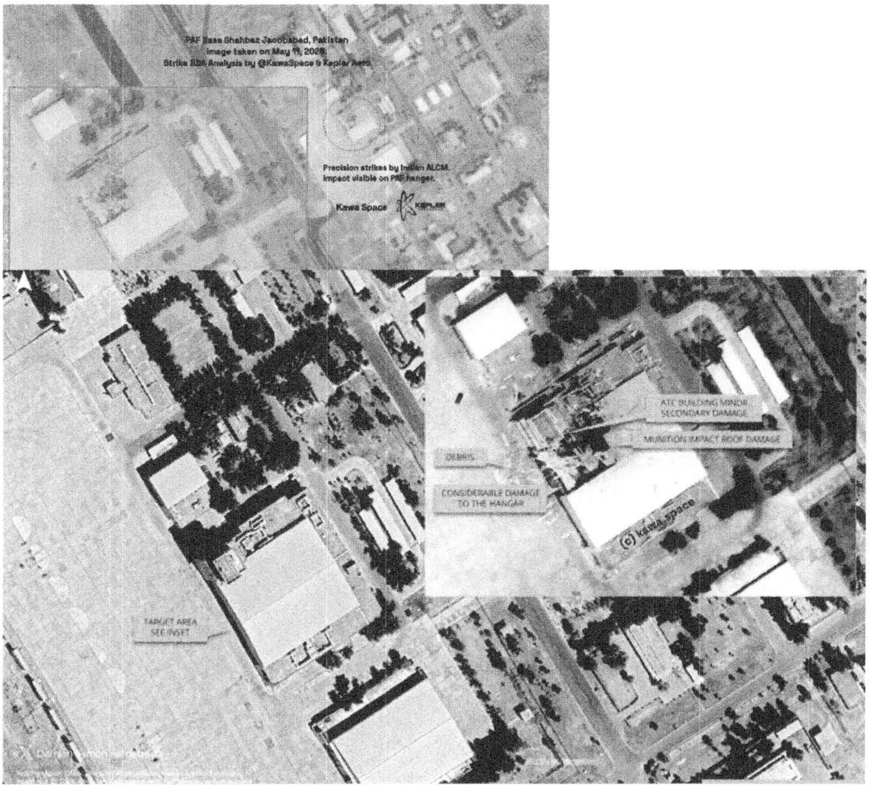

PAF Base Shahbaz Jacobabad, Pakistan
Image taken on May 11, 2025
Strike BDA Analysis by @KawaSpace & Kepler Aero.

Precision strikes by Indian ALCM.
Impact visible on PAF hanger.

Kawa Space

ATC BUILDING MINOR
SECONDARY DAMAGE

MUNITION IMPACT ROOF DAMAGE

DEBRIS

CONSIDERABLE DAMAGE
TO THE HANGAR

TARGET AREA
SEE INSET

जाकोबाबादच्या शाहबाझ हवाई तळावरील यशस्वी हल्ला.

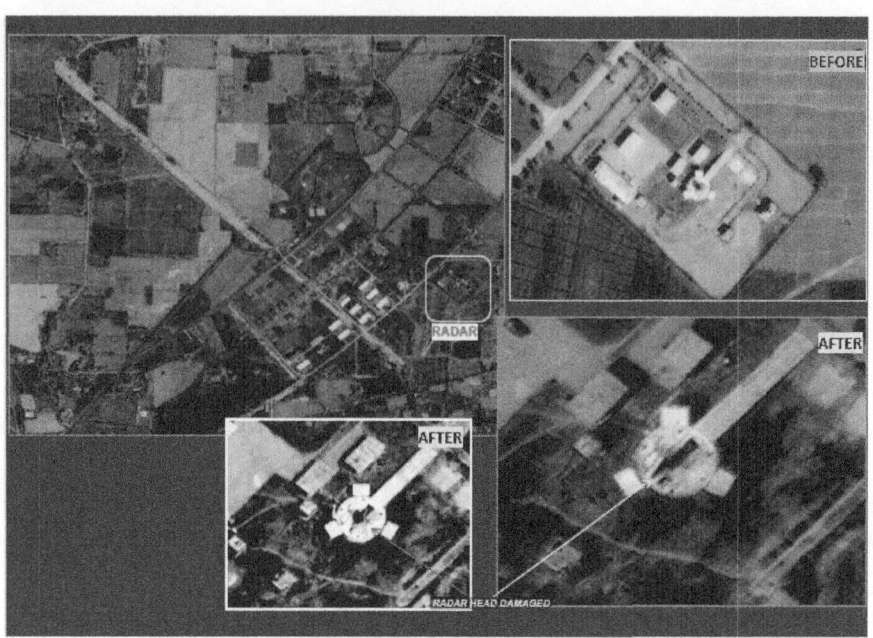

निकामी करण्यात आलेली पसरूर हवाई तळावरील रडारयंत्रणा.

चुनियान हवाई तळावरील हवाई संरक्षण प्रणाली उद्ध्वस्त करण्यात आली

अरिफवाला तळाचे उद्ध्वस्त हवाई संरक्षण रडार.

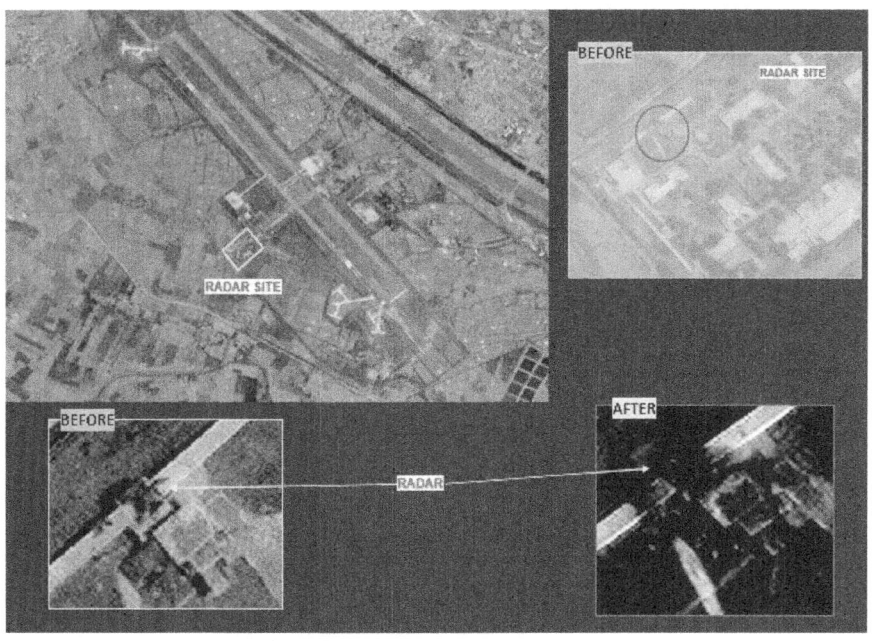

सक्कर हवाई तळाची केली गेलेली हानी.

रहिमयारखान तळाची उद्ध्वस्त धावपट्टी.

युद्धकालीन गणवेषात तिन्ही सैन्यदलप्रमुख व चीफ ऑफ डिफेन्स स्टाफ पंतप्रधान व
संरक्षणमंत्र्यांसमवेत. सोबत राष्ट्रीय सुरक्षा सल्लागार अजित दोवाल व
इतर वरिष्ठ अधिकारी.

आदमपूर हवाई दल तळाला पंतप्रधानांची भेट.

आदमपूर हवाई दल तळावर एस ४०० हवाई संरक्षणप्रणालीच्या पार्श्वभूमीवर सैन्यदलाच्या पराक्रमाला अभिवादन करताना पंतप्रधान नरेंद्र मोदी.

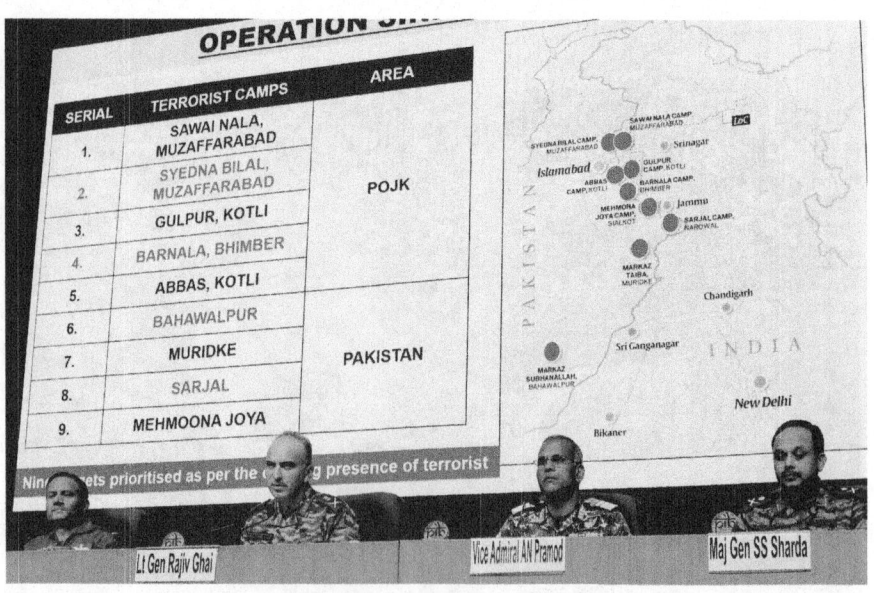

ऑपरेशन सिंदूरची वेळोवेळी माहिती देताना तिन्ही सैन्यदलांचे अधिकारी.

ADG PI - INDIAN ARMY ✔
@adgpi · Follow   𝕏

#PahalgamTerrorAttack

Justice is Served.

Jai Hind!

1:51 AM · May 7, 2025   ⓘ

ऑपरेशन सिंदूर सुरू झाल्याचे जाहीर करणारे भारतीय लष्कराचे ट्वीट.

Donald J. Trump ✔
@realDonaldTrump

After a long night of talks mediated by the United States, I am pleased to announce that India and Pakistan have agreed to a FULL AND IMMEDIATE CEASEFIRE. Congratulations to both Countries on using Common Sense and Great Intelligence. Thank you for your attention to this matter!

भारत – पाकिस्तान युद्धविरामाची घोषणा करणारी डोनाल्ड ट्रम्प यांची पोस्ट

Made in United States
North Haven, CT
22 August 2025

72014591R00080